Просыпайтесь вместе с морем

Thức với biển

Nguyễn Đình Tâm

Translated to English by
Van Duc Man

Translated from the English version
of Wake Up with the Sea

Ukiyoto Publishing

Все международные издательские права принадлежат

Ukiyoto Publishing

Опубликовано в 2024 году

Содержание Авторское право © Nguyễn Đình Tâm

ISBN 9789360165253

Все права защищены.

Никакая часть данной публикации не может быть воспроизведена, передана или сохранена в поисковой системе в любой форме любыми средствами, электронными, механическими, фотокопировальными, записывающими или иными, без предварительного разрешения издателя.

Моральные права автора подтверждены. Это художественное произведение. Имена, персонажи, предприятия, места, события, локации и происшествия являются плодом воображения автора или используются в вымышленной манере. Любое сходство с реальными людьми, живыми или мертвыми, или реальными событиями является чисто случайным.

Данная книга продается с условием, что она не будет передаваться во временное пользование, перепродаваться, сдаваться в прокат или иным образом распространяться без предварительного согласия издателя в любом виде переплета или обложки, кроме той, в которой она опубликована.

www.ukiyoto.com

Dedication

Tác giả chân thành cảm ơn: Giáo sư, Tiến sĩ Lương Công Nhớ, nguyên Hiệu trưởng Trường ĐHHH Việt Nam; Phó Giáo sư, Tiến sĩ Lê Văn Điểm, Trưởng khoa, cùng Ban lãnh đạo và tập thể Giảng viên Khoa Máy tầu biển, đã đồng hành, giới thiệu tác phẩm đến với bạn đọc toàn cầu, để hiểu thêm một thế hệ thanh niên, học sinh, sinh viên Việt Nam nguyện hiến dâng tuổi thanh xuân cho Tổ Quốc thân yêu.

(Tác giả: Nhà thơ Nguyễn Đình Tâm)

Благодарность

Я искренне благодарю профессора, доктора Лыонг Конг Нхо, бывшего ректора Вьетнамского морского университета, доцента, доктора Ле Ван Дьем, декана, а также совет директоров и преподавателей факультета морской техники за их сопровождение и любезную помощь в представлении этой работы мировым читателям, чтобы они могли глубоко понять поколение вьетнамских студентов и молодых людей, которые были готовы посвятить свою молодость защите любимой Отчизны.

(Автор: поэт Нгуен Динь Там)

Содержание

Lời Giới Thiệu	1
Введение	3
Thức Với Biển	5
Просыпайтесь вместе с морем	6
Mùa Chiến Dịch	7
Khúc Một	8
Сезон кампаний	12
Раздел первый	13
Khúc Hai	18
Раздел второй	20
Khúc Ba	23
Раздел третий	26
Khúc Bốn	30
Раздел четвертый	31
Mở Luồng	33
Открытие потока	39
Tri Ân	46
Khúc Một	47
Благодарность	50
Раздел первый	51
Khúc Hai	55

Раздел второй	58
Khúc Ba	62
Раздел третий	66
Khúc Bốn	72
Раздел четвертый	74

Giọng Biển	**76**
Голос моря	81
Đội ngũ	87
Khúc Một	88
Глава пятая: Эскадрилья	**90**
Раздел первый	91
Khúc Hai	94
Раздел второй	98

Thức Với Biển – Ký Ức Của Người Trong Cuộc	103
Просыпайтесь вместе с морем - поэтические воспоминания инсайдера	109
Thức Với Biển – Khúc Tráng Ca Thủy Thủ Tàu Có Số	116
Просыпайтесь вместе с морем-моряком Великая песня корабля с номером	125
Trường Ca: Thức Với Biển	136
Эпик: Просыпайтесь вместе с морем	144

Об авторе 153

Lời Giới Thiệu

Trường ca "Thức với biển" đã đoạt giải Nhất cuộc thi sáng tác văn học do Hội Nhà văn Việt Nam và Bộ Giao thông vận tải tổ chức năm 2014-2015, nhân kỉ niệm 70 năm ngành Giao thông vận tải (GTVT). Nhận xét về tác phẩm này của tác giả Nguyễn Đình Tâm, nhà thơ Nguyễn Quang Thiều – Chủ tịch Hội nhà văn Việt Nam, viết:

"Thức với biển" của Nguyễn Đình Tâm là một trường ca với giọng thơ chắc khỏe, gân guốc tràn đầy xúc cảm trữ tình. Những chi tiết sống động của thời kháng chiến được đưa vào tác phẩm một cách hài hòa, vừa đủ dung lượng để bố cục nên một trường ca vâm váp. Năm chương của trường ca gắn bó chặt chẽ phục vụ cho chủ đề tổng thể. Nhiều đoạn thơ cảm động, nhiều câu thơ hay điểm xuyết trong nhiều chương đoạn, tạo ấn tượng mạnh cho người đọc…"

Khi đọc xong trường ca này, tôi đã bỏ phiếu giải Nhất. Điều quan trọng hơn, tôi đã được đọc một trường ca hay về một con đường đặc biệt trên biển trong chiến tranh. Và những gì ông viết về biển thật ấn tượng. Vì thế, cái dội lên trong tôi mạnh mẽ và ấn tượng nhất từ trường ca ấy là biển cả. Lúc đó, tôi cũng củng cố thêm cho cái nhìn của tôi về thơ ca là: đề tài chỉ là một cái cớ để thi sỹ dựng lên thi ca. Trường ca ấy đã để lại một "con đường" của những câu thơ giữa những lớp sóng bời bời và sự mênh mông của biển cả.

Введение

*Эпос "Проснись вместе с морем" получил первую премию на литературном конкурсе, организованном Ассоциацией писателей Вьетнама (VWA) и Министерством транспорта в 2014-2015 годах в честь 70-летия транспортной отрасли. Комментируя эту эпопею Нгуен Динь Тама, поэт Нгуен Куанг Тьеу - президент VWA - написал:

"Проснись с морем" Нгуен Динь Тама - это эпос с сильным, тягучим поэтическим голосом, наполненным лирическими эмоциями. Яркие детали войны сопротивления вложены в произведение гармонично, достаточно емко, чтобы создать незлобивый эпос. Пять глав эпопеи тесно связаны между собой, служа общей теме. Много трогательных стихов, много хороших строф, расставленных по многим главам, производят сильное впечатление на читателя..."

Когда я закончил читать эту эпопею, я проголосовал за нее первой премией. Важнее то, что я прочитал прекрасную поэму о конкретной дороге в море во время войны. И то, что он написал о море, впечатляет. Поэтому то, что вызвало во мне самый сильный и впечатляющий отклик из этой эпопеи, было море. В то время я также укрепился в своем мнении о поэзии, что: тема - это лишь повод для поэта писать стихи. Этот эпос оставил "дорожку" стихов между постоянно разбивающимися волнами и безбрежностью моря.

Thức Với Biển

(Trường ca)

Tri ân và dâng tặng
- Trường Đại học Hàng hải Việt Nam

- Cán bộ, sĩ quan, thuyền viên ngành Hàng hải Việt Nam

Khi chúng con gắn chiếc mỏ neo lên mũ
là bắt đầu đối mặt với bão táp phong ba
sóng nước thì gần, chân trời thì xa
biết đời mình thuộc về miền đam mê khao khát
để cùng hát theo lời biển hát
biết thương yêu nhau hết lòng
rồi học cách sải cánh vươn vai
khi con sóng vồng lên từ ngực biển
chiếc phao duy nhất của chúng con
là niềm tin và lòng quả cảm
Cánh hải âu tới làm bạn cùng mình

Просыпайтесь вместе с морем
(Эпик)

(Моя благодарность и уважение -Вьетнамскому морскому университету

-Кафрам, офицерам и членам экипажей морской индустрии Вьетнама.)

Когда мы поместим логотип якоря на наши шляпы.

И начнем встречать ураганы с гневом.

Волны близко, горизонт далеко.

Я знаю, что моя жизнь принадлежит страсти и желанию.

Давайте подпевать песне моря.

Узнайте, как любить друг друга всем сердцем.

Узнайте, как расправить крылья и расправить плечи.

Когда волна поднимается из груди моря.

Наш единственный спасательный круг

Это вера и мужество.

Крылья чайки прилетают, чтобы подружиться с нами.

Mùa Chiến Dịch

Khúc Một

Mùa đông một chín sáu tám
ta đến với nơi bắt đầu ngọn gió
nơi những con đường không có dấu chân
nơi mỗi chuyến ta qua không hằn dấu vết
sóng cùng ta âm thầm

Mật hiệu VT5
mùa chiến dịch rộn ràng mà lặng lẽ
ta ra đi không kịp về thăm mẹ
phía dưới là thủy lôi phong tỏa lạch luồng
phía trước rập rình tàu biệt kích
và máy bay quần đảo bầu trời

Những con tàu TL, VS, TK
những Giải phóng (GF) 01...03...37
đợi chờ như lửa cháy
chứa đầy hàng ghếch mũi hướng ra khơi

Bó hoa tươi ngày ấy thật hiếm hoi
ta đón nhận từ em
từ tay thủ trưởng
những bàn tay nồng ấm
nắm chặt và ôm nhau
gửi niềm tin trong từng ánh mắt

Pháo lệnh vút lên trời cao
tàu lần lượt nhổ neo
âm thầm lướt sóng
âm thầm vục sóng

cắt vĩ tuyến mà đi
lao dọc đường kinh tuyến
những bước sóng ân cần đưa tiễn
náo nức hướng chiến trường

Vừa chạm màn đêm
thủy lôi đã nổ
đuôi tàu bị hất lên
mũi vục chìm vào sóng
lại ngoi lên mà đi
vững tin và hy vọng
tàu dồi dọc rồi tàu lắc ngang
đứng không vững bám vội vào nắp máy
bàn tay bỏng rộp khét lẹt mùi da

sóng cứ dồn như rút ruột ra
nôn hết mật xanh
nôn hết mật vàng
đầu choáng
mắt hoa
quay cuồng trong sóng dữ

Hết ca, vào giấc ngủ

giấc ngủ lăn lóc
giấc ngủ chập chờn

tàu lắc quá thì nằm xuống sàn
buộc mình vào chân giường mà ngủ
con sóng tràn ướt đẫm giấc mơ

Tỉnh dậy lại thay phiên trực chiến

Băng qua thủy lôi
băng qua bãi chìm
một bữa không ăn
một ngày không ăn
xoong nồi đổ lăn xủng xoảng
ăn tạm mẩu lương khô
chỉ mong trời lâu sáng
canh ba đêm nay phải chuyển xong hàng

Những con sóng vồ vập mơn man
những con sóng nâng lên rồi quăng quật
biển sát hạch ta giữa tháng năm khốc liệt
lại cùng ta thức đợi trăng lên

Những con tàu cứ thế quay vòng
vạch bút chì nối căng hai tọa độ

là hành trình ta đến và đi
pháo địch phá mất đèn chập tiêu
thủy lôi chiếm hết luồng hết lạch

ta đi theo trí nhớ
lại dò thêm luồng mới ta đi
theo một mạch thẳng băng
theo những đường zích zắc
xuyên qua màn đêm chỉ là đôi mắt
mũi con tàu vạch sáng vệt lân tinh

Сезон кампаний

Раздел первый

Зимой тысяча девятьсот шестьдесят восьмого года

мы пришли туда, где начинался ветер.

где дороги не оставляли следов.

где каждая пройденная нами дорога не оставляла следов

волны с нами безмолвно

Секретный код VT5

Сезон кампании был захватывающим, но тихим.

Мы ушли, не вернувшись, чтобы навестить мать.

Внизу была торпедная блокада канала

впереди притаился корабль коммандос

а самолеты бомбили небо.

TL, VS, TK. корабли

эти Освобождение (GF) 01...03...37

ожидание того же огня

Наполненные товарами, с носами, обращенными к морю

Свежие цветы в этот день были редкостью
Мы получили от вас
из рук вождя
тёплые руки
крепко сжимали и обнимали друг друга
Посылали веру в каждый отблеск

Команды взмывали в небо.
Корабли один за другим бросали якорь.
Молчаливый серфинг
Бесшумно разбивая волны

Воспользовались параллельным разрезом, чтобы
мчась по меридиану
длина волн милостивое прощание
с волнением отправляясь на поле боя

Только тронулась ночь
торпеда взорвалась.
Корму корабля подбросило вверх.
Нос корабля погрузился в волны
Встали и пошли
вера и надежда

Корабль покачивался в вертикальной плоскости, затем его тряхнуло в горизонтальной плоскости

неустойчиво цепляясь за крышку

Обожженные руки с запахом горелой кожи

Волны накатывали, словно вырывая кишки.

извергая всю зеленую желчь

рвота желтой желчью

голова кружится

быть ослеплённым

кружась в бушующих волнах.

Конец смены, лег спать

катящийся сон

беспокойный сон

Корабль так сильно трясло, что я лег на пол.

привязал себя к изножью кровати и заснул.

Волны заливали сон.

Проснувшись, я по очереди заступил на вахту.

Через торпедный аппарат

пересекли затонувший берег

один прием пищи без еды

день без еды

кастрюли и сковородки опрокинулись

временно съел кусочек сухого корма

Я надеялся, что утро будет долгим

Я должен был закончить доставку сегодня в третий ночной дозор.

Разбивающиеся волны

волны вздымались и опадали

Море, испытывающее нас в середине мая, было свирепым.

И вместе мы ждали восхода луны.

Корабли продолжали вращаться

карандашная линия, растягивающая две координаты

Это было путешествие, мы приходили и уходили

уничтоженные захватчиками артиллерия короткое замыкание огней

торпеды заняли все каналы и бухты

мы шли, следуя своей памяти.

Давайте проверим новые потоки снова

по прямой линии

по зигзагообразным линиям

Ночь была только для глаз.

Нос корабля светился фосфоресцирующими полосами.

Khúc Hai

Tôi đi qua quê mình mà không dừng lại
Hòn Ngư mờ trong đêm
giờ này chắc mẹ còn thao thức
bên ngọn đèn dầu bằng cổ chai con cắt
bóng mẹ chập chờn trên vách nứa con đan
Mẹ ơi! Con đây mà
con không dừng lại được
biển mịt mù sóng nước
con muốn kéo hồi còi thật vang
chào quê hương mà chẳng thể

chúng con phải khẩn trương đi
phải âm thầm lặng lẽ
xin con sóng tạo nên từ tàu con
vỗ về bờ với mẹ

Ngọn hải đăng trên vách đảo chớp hoài

Chân trần đi trên cát bên em
bình yên
chân trần chạy trên cát bên em
hổn hển
chạy thật nhanh để được đến nhìn
chạy thật nhanh để cùng chiêm ngưỡng

Đại tướng của chúng ta*
vầng trán mênh mông
thân yêu và giản dị
Người tươi cười mà mắt ta rưng rưng
Người dặn dò ân cần như cha mẹ
nguồn năng lượng tiếp thêm sức trẻ
chiến dịch đã bắt đầu

Dưới ánh đèn dù tôi ngoái nhìn rất lâu
bàn tay Người giơ vẫy
lộng lộng phù điêu trên cát trắng Quảng Bình

Đầu đông 1968 Đại tướng Võ Nguyên Giáp đã vào thăm, động viên các chiến sĩ GTVT tham gia chiến dịch VT5 và quân dân Quảng Bình tại bờ Bắc sông Gianh

Раздел второй

Я проехал через свой родной город, не останавливаясь.

Остров Нгу исчезал в ночи.

В это время моя мать должна была бодрствовать

рядом с масляной лампой с горлышком от бутылки, которую я разрезал

Тень матери мерцает на стене из бамбука, которую я вяжу.

"Мамочка! Я здесь, мама".

Я не могла остановиться.

Море было далеко, и темные волны

Я хотел сделать гудок очень громким.

привет родине, но не мог

Мы должны были спешить прочь

и надо было молчать и молчать

мне волна с корабля

поглаживая берег с мамой.

Маяк на скале острова мерцал вечно.

Босиком по песку с тобой.

Мирный

Босиком бегу по песку с тобой

Panted

Бежал быстро, чтобы увидеть

Бежал быстро, чтобы мы могли созерцать вместе

Наш великий генерал

огромный лоб

прекрасный и простой

Человек, который улыбался, но мои глаза были полны слез.

который был внимателен и наставлял, как родители.

Источник энергии для бодрости молодости

Кампания началась

Под светом фонарей, хотя я долго смотрела назад.

Он поднял руку и помахал

великолепные рельефы на белом песке Куангбиня

*В начале зимы 1968 года генерал Во Нгуен Гиап посетил армию и народ Куангбиня на северном берегу реки Гиань и призвал транспортных солдат принять участие в кампании VT5.

Khúc Ba

Không một cánh buồm
không một bóng thuyền nan
gió lặng quá
biển vắng quá
vắng đến lạnh người
cánh hải âu cũng vắng

Tọa độ chết trải dài
lẳng lặng
giữa con tàu và đất liền
bom từ trường rập rình trong ma trận
ta gửi theo thủy triều
theo sóng
từng bao gạo thả trôi

ngàn bao gạo thả trôi
trôi qua cửa tử
những bao gạo bọc trong bao chống thấm
dập dềnh trôi về phía chờ mong

Chúng tôi thích ban ngày
nhìn trời xanh mây trắng
nhìn đàn cá chuồn bay trên sóng
nhìn chim hải âu đậu kín mạn tàu
nhưng chúng tôi cần bóng đêm

tắt hết đèn, âm thầm mà chạy
ta và địch chơi trò ú tim
đêm đêm pháo địch cầm canh

để ánh sáng lóe lên
là đạn bay dồn dập

Lấp lánh sao trời thao thức những niềm vui

Nắng đã ngủ suốt đêm
nắng cứ ngủ thêm ngày
để mưa thức cùng ta
ngăn tầm nhìn máy bay
ngăn tầm nhìn tàu địch
rộn ràng mùa chiến dịch
thêm chuyến hàng bình yên

những nét hải đồ vừa được tạo nên
chưa kịp thành đường mòn
địch đã đánh hơi
mật phục

ta lại tìm những đường đi mới
sóng cùng ta náo nức đồng hành

xin các các chị, các anh đón nhận những chuyến hàng này
chuyến hàng không ký nhận

Bất chợt ta hình dung
khi bao gạo cuối cùng được vớt
dẫu không phút gặp nhau
ta vẫn nhận ra ánh mắt nụ cười
hân hoan trên từng gương mặt
những bàn chân vục trên bờ cát
những bàn tay khỏa mềm sóng biếc bờ Gianh

Biển vẫn ngời xanh biếc đó anh
sóng vẫn xao lòng vỗ
vẫn lấp lánh trăng vàng
vẫn phập phồng ngực thở
sao nỡ gọi là vùng biển chết
biển có bao giờ chết được đâu anh **
Chiến dịch mùa đông
chiến dịch mùa xuân
chuyến cập bến rồi chuyến không cập bến
máu có đổ, hàng vẫn vào tiền phương đúng hẹn
những người con của biển
vẫn đi về trên sóng, dưới bom rơi

*** Ý thơ của Thanh Thảo "Có bao giờ đất chết đâu anh"*

Раздел третий

Ни одного паруса

Ни одной теневой лодки.

Ветер был так тих.

Море было таким пустым.

что кровь леденела от безлюдья.

Чайки тоже были пустынны.

Мертвые координаты разбросаны

Сохранять тишину

между кораблем и сушей

Магнитные бомбы таились в матрице.

Мы шли с приливом

следовали за волнами

каждый мешок риса на плаву

тысячи мешков с рисом

прошли через дверь смерти

мешки с рисом, завернутые в непромокаемые пакеты

дрейфуя к ожиданию

Мы любили день

смотрели на голубое небо и белые облака

Наблюдали за летучими рыбами, летающими по волнам.

Смотрели на чаек, сидящих на борту корабля.

Но нам нужна была темнота.

Выключили все огни, бежали тихо.

Мы и захватчики играли в шпионов.

Каждую ночь пушки захватчиков стреляли изредка.

Чтобы свет был ярче.

Пули летели стремительно.

Мерцающие звезды на небе пробуждают радость.

Солнце спало всю ночь

Солнце спало еще несколько дней.

Дождь проснулся вместе с нами.

чтобы предотвратить видимость самолета

чтобы предотвратить видимость корабля захватчиков

шумный предвыборный сезон

более мирный груз

Не успел стать следом

Запах захватчиков

Тайная засада

Мы нашли новые пути

Волны с нами взволнованно сопровождают

Эй, сестры и братья

приняли эти грузы

Эти грузы не подписывали, а просто принимали

Внезапно мы представили.

когда забирали последний мешок риса.

Даже если мы не виделись ни минуты.

Я все еще видел улыбающиеся глаза

радость на каждом лице

ноги на песке

мягкие руки волн на берегу реки Гианх.

Море по-прежнему было таким синим, наш друг.

Волны все еще трепетали в сердце.

все так же сверкает золотая луна

все так же колышутся и дышат.

Почему его называют регионом мертвого моря?

Море никогда не умрет, моя дорогая **.

Зимняя кампания

Весенняя кампания

Был груз, который прибыл, но был и груз, который не прибыл.

Даже если прольется кровь, товары все равно прибудут на передовую вовремя

Дети моря

Все еще возвращаются по волнам, под падающими бомбами

**Основано на поэтической идее Тхань Тхао "Земля никогда не умрет, моя дорогая".

Khúc Bốn

Đêm nén chặt ngọn đèn hạt đỗ
mùa đông ướt đầm trên những tấm lưng
những bao gạo oằn trên vai thoăn thoắt
chuyển hàng cuối mùa chiến dịch
náo nức suốt bờ Gianh

Một trăm ba mươi ngàn
một trăm năm mươi ngàn
một trăm bảy mươi ngàn tấn lương thực thuốc men

một triệu tấn xăng dầu
năm ngàn thùng đạn
năm mươi tư xe tăng cho *"Đường 9 - Nam Lào"*...
em ngồi cộng niềm vui theo từng phiếu nhận hàng
niềm vui tỏa quanh ngọn đèn hạt đỗ

Tuổi áo trắng mặc màu xanh cỏ
tóc đuôi sam tung tẩy hát câu thầm
ca nước vối em đưa vẫn còn nóng ấm
ta uống rồi để khát những nguồn sông...

Раздел четвертый

Ночь уплотнила горошину лампы.

Зима была мокрой на спинах

мешки с рисом, как осветительный прибор на плече.

Последний груз сезона кампании.

Вдоль берегов реки Гианх царило волнение.

Сто тридцать тысяч

сто пятьдесят тысяч

сто семьдесят тысяч тонн продовольствия и медикаментов

один миллион тонн нефти

пять тысяч бочек боеприпасов

пятьдесят четыре танка для "*Дороги 9 - Южный Лаос*"...

Вы сидели, чтобы плюсовать каждую радость в соответствии с каждой квитанцией.

Радость излучалась вокруг гороховой лампы.

Возраст белой рубашки, которая носит зеленый цвет травы

Трясущиеся косые волосы тихо пели

Чашка с водой евгении, которую вы мне дали, была еще теплой.

Я пил ее, а потом жаждал реки...

Mở Luồng

Tháng năm ấy bãi bờ bốc cháy
rừng phi lao không còn lá vẫy chào
đã bật dậy những mầm xanh muống biển
cơn mưa chiều bừng tím mùa hoa

Rời con thuyền giấy thả trôi trên giọt nước hiên nhà
những đứa con của phù sa lại về với biển
với sóng điệp trùng những hoài bão đam mê

Chúng tôi mỗi người một quê
mỗi người một giọng
Chinh, Đỗ, Sơn giọng Bắc
Hào, Thiện, Điệp giọng Nam
tôi gió Lào cát trắng

trẻ trung và cháy bỏng
từ mái trường của biển
đập cánh vào trời xanh
đậu lên từng con tàu
cưỡi trên từng lưng sóng
thảo thơm một tấm lòng
hòa thành khúc bè trầm của biển
niềm tin và hy vọng
nuôi nụ cười cho ta

Xin hát từ con tàu TK

khi chưa có phương tiện rà phá thủy lôi
khi chưa có phương tiện rà phá bom từ trường trên biển
tàu bạn, tàu ta bị chặn hết ngoài luồng

Thì ta cho tàu tăng tốc, lướt lên

Ý tưởng giản đơn
giải pháp giản đơn
phải dũng cảm và mạo hiểm
đè lên bom thù mà lướt
dù sự sống treo trên đầu sợi tóc
- "Ai tình nguyện trận đầu?"
hàng chục cánh tay nhất loạt giơ cao
- tôi
- để tôi
- xin để tôi đi...

bạn ra đi dúi vội chứng minh thư
" Tớ có việc gì... gửi giùm về cho mẹ"
chỉ một lần, chỉ một lần như thế
câu nói thầm chùng cả bờ vai
Chúng tôi truy điệu mình ở tuổi hai lăm
bước bình thản giữa trời xanh biếc

Không ai muốn tìm đến cái chết
không ai muốn bạn mình hy sinh

chúng tôi dành nhau ra đi

nhường cho nhau phần sống
Tuổi hai mươi, hai lăm như những lõi trầm
tự thơm và tự cháy

Nhằm thẳng bom thù mà tăng tốc
nhằm thẳng bom thù mà lướt
những tiếng nổ đinh tai nhức óc
rền vang...
những cột sóng tung lên
con tàu cũng tung lên
con người rơi tự do
thịt da vập vào sắt thép
tấy sưng và bầm dập
cắn răng mà đứng dậy
mà lê vào vị trí
tăng tốc
lướt lên…

Mũ bảo hộ vỡ rồi
ta bện mũ rơm
mũ rơm đập va êm hơn mũ nhựa
đoàn thủy thủ mũ rơm
thêm chở che của lúa
lại tăng tốc lướt lên
bom từ trường lại nổ...
những tiếng nổ gầm vang
như xé tung mặt biển
con sóng đứt nửa chừng chập lại vỗ về xa…

Sau dữ dội biển lặng yên đến lạ
nhìn vào nhau không tin nổi mắt mình.

bạn còn sống
và ta còn sống
lại ghì nhau thật chặt

nắm vai nhau lắc lắc
tay bạn thấm máu ta
tay ta thấm máu bạn
trên thân mình rách thịt tươm da
quệt vệt máu ngang môi
thấy vị mặn
quệt mồ hôi ngang trán
thấy vị mặn
vị của mình của biển khác gì nhau

lại ôm nhau như chẳng muốn rời ra
khi luồng đã mở

siết ghì nhau tưởng chừng nghẹt thở
nụ cười tươi theo vang tiếng còi tàu

Tàu tôi nhổ neo
tàu bạn nhổ neo
lại những ngày rà phá thủy lôi ác liệt
Khi chúng ta cười lên cái chết
sự sống được hồi sinh

Ta đã ra đi tìm được chính mình
giữa tam giác quỷ
bão tố - đạn bom - và sự đớn hèn
để trở về với mẹ
mẹ nhai trầu nếp trán thảnh thơi hơn

Открытие потока

В том мае пляж был в огне.

Казуариновый лес без листьев все еще шевелился.

Поднимаются зеленые ростки шпината из морской воды.

Послеполуденный дождь стал пурпурным в сезон цветов.

Оставив на крыльце бумажный кораблик, плывущий по капле воды.

Дети аллювия вернулись к морю

С волнами страсти и амбиций

У каждого из нас был родной город.

У каждого акцент по региону.

Чинь, До, Сон с северным акцентом

Хао, Тхиен, Диеп с южным акцентом.

Моим родным городом был белый песок с лаосским ветром.

Молодой и горящий

С крыши школы на море

Хлопая крыльями в синем небе.

Сидя на каждом корабле.

Катаясь на спине волн.

Ароматное сердце

Гармонируют с низкими тонами моря

Вера и надежда

Улыбались нам.

Пели с корабля ТК

Когда не было средств для обезвреживания мин.

Когда не было средств для утилизации магнитных бомб в море.

Корабль нашего друга, наш корабль был заблокирован в канале.

Тогда мы ускорили корабль, скользили вверх.

Простая идея

простое решение

был смелым и рисковал

Разбивали вражеские бомбы и выплывали на поверхность.

хотя жизнь висела на волоске.

- "Кто вызвался в первый бой?"

Десятки рук подняты в ряд

- Я

- Позвольте мне

- Отпустите меня...

Выбрав меня, вы быстро протягиваете мне свое удостоверение личности.

"Если я не вернусь... отправьте это моей матери".

Только раз, и только раз.

Шепот, от которого у вас поникли плечи.

В двадцать пять лет мы устроили по себе панихиду.

Спокойно шагая по голубому небу.

Никто не хотел умирать

Никто не хотел жертвовать своим другом.

Мы боролись друг с другом, чтобы уйти.

Уступали друг другу часть жизни.

Двадцать, двадцать пять были как ядра баса.

Самозабвенные и самовоспламеняющиеся

Нацелились на вражеские бомбы и ускорились

Целились прямо во вражеские бомбы и прибой

Оглушительные взрывы

Оглушительные взрывы...

Волны подпрыгивали

Корабль тоже подпрыгнул

Свободное падение человека

Плоть и кожа ударяются о железо и сталь

Опухоль и синяки

Стиснул зубы и встал

Корабль встал на место.

Ускорился!

Сёрф-ап...

Шлем был сломан.

Мы сплели соломенную шляпу.

Соломенные шляпы ударяются тише, чем пластиковые

Команда соломенной шляпы

Добавили защиту соломенной шляпы

И снова ускорение

Магнитная бомба снова взорвалась...

Ревущие взрывы

Словно разрывая море.

Волна разбилась наполовину, а затем ушла вдаль...

После шторма море было странно спокойным.

Мы не могли поверить своим глазам, когда смотрели друг на друга.

Ты была жива.

И я была жива

крепко обнялись

Трясли друг друга за плечи.

Твои руки были пропитаны моей кровью

Мои руки были пропитаны твоей кровью

На моем теле была разорванная плоть.

Вытер кровь о губы

Вкус соленый

Вытер пот со лба

На вкус соленый

В чем разница между соленым вкусом моей крови и соленым вкусом моря?

Они обнимали друг друга, словно не хотели отпускать.

Когда поток был открыт.

Сжимая друг друга, они словно задыхались.

Яркая улыбка перекликалась с корабельным свистком.

Мой корабль бросил якорь

Твой корабль бросил якорь

Это было в дни жестокого разминирования.

Когда мы ехали на смерть.

Жизнь возродилась

Я отправился на поиски себя

В центре демонического треугольника

Шторм, бомбы и трусость.

Чтобы вернуться к матери.

Моя мать жевала орех бетель, и ее лоб расслабился еще больше.

Tri Ân

Khúc Một

Dập dềnh nơi đây một khoảng đời mình
rập rình cái chết
nơi ta sống giữa yêu thương mãnh liệt
người với người dốc hết lòng nhau

Xin đừng bảo chúng tôi thô mộc
bởi đã quen "ăn sóng nói gió"
quen xưng hô tao mày
mà thật hơn "tôi bạn"

gặp nhau lại nhớ người xa vắng
thằng Hà trụ đảo đèn Long Châu
thằng Kim tàu phá lôi Tankit
thằng Tuyền đi mở luồng Đông Bắc
cứ nhắc tên là thấy chiến công
cứ nhắc tên là thấy ấm lòng
trong bão tố đạn bom thuở ấy
ta muốn dang tay ôm ghì tất thảy
hôn lên mái tóc còn vương mùi thuốc súng
hôn gương mặt người lấp lánh sóng xanh

Anh nhớ không anh
chiều ấy

khi về qua Bãi Lữ
tiếng phản lực rít lên
tàu TL52 bị bắn chìm
sáu thủy thủ hy sinh
hoàng hôn chết lặng
máu tứa ra đau thắt bầu trời
ta gào lên ngọn sóng
Huyên ơi !...

Ta ngụp lặn trong chiều tìm bạn
ta ngồi chong mắt vào đêm
nhìn sâu vào lòng biển
nơi con tàu bị bắn chìm
bạn đã neo vào khoảng lặng
chiếc ghi ta bạn chơi
bồng bềnh trên sóng
dây đàn rung thổn thức lòng ta

Anh nhớ không anh
chiều ấy
khi quay về cầu một
hai phản lực đuổi theo bổ nhào
tàu GF 28 bị nổ tung
sĩ quan lái đầu và tay chân bay lên cầu mười một
thuyền trưởng bị cắt đứt ngang thân
ba thợ máy xác tan bên bệ súng

bốn thủy thủ ruột trào khỏi bụng
những chiếc cáng vội vàng

bước chân người nháo nhác
ta nén nấc gom từng phần xác bạn
tay run run cứ chực khóc òa
tiếng còi tàu rời ga như thét
như hú lên tiếng thú cuối rừng
cảng Hải Phòng kéo vang những hồi còi vĩnh biệt
thủy thủ Ba Lan ngả mũ tiễn người về…

bao nhiêu nước mắt đầm đìa
bao nhiêu mây trắng bay về chịu tang

Anh nhớ không anh
những tên bạn, tên tàu
dọc cửa sông, cửa biển
những Nghĩa Hưng, Lạch Trường, Lạch Huyện
những Xuân Hải, Cửa Hội, Biện Sơn
những cảng Gianh, Bến Thủy, Hạ Long…
người ra đi chốt lại trang đời
êm đềm và dữ dội
neo tuổi mình vào tuổi biển triệu năm

Tôi là người may mắn hơn các anh
sóng dạt sang bờ sống
để đứng về phía biển
dâng những lời tri ân

Благодарность

Nguyễn Đình Tâm

Раздел первый

Преследуя смерть.

Преследуя смерть

Где мы жили в окружении сильной любви.

Люди и люди отдавали свои сердца друг другу

"Пожалуйста, не называйте нас грубыми".

Потому что он привык "есть волны и говорить с ветром".

Мы знали друг друга, чтобы называть друг друга "ты и я".

Что было реальнее, чем другие формальности.

Когда мы встретились снова, мы скучали по тому человеку, который был далеко.

Ха был ламповым островом Лонг Чау.

Ким - торпедный катер "Танкит".

Туйен пошел открывать Северо-Восток, открывая поток.

Только упомянул имя - и увидел победу.

От одного воспоминания об этом имени на сердце становилось теплее.

под шквалом пуль и бомб в то время.

Я хотел обнять всех вас.

Целовать волосы, которые все еще пахнут порохом.

Целовать лицо человека, которое искрилось голубыми волнами.

Помнишь ли ты

тот полдень

Когда мы возвращались в Лу-Бич.

Звук реактивного самолета.

Корабль TL52 был потоплен.

Шесть моряков погибли

Горе заката ошеломило

Кровь больно хлестала в небо.

Я кричал над волнами

Эй, Хуйен!...

Я нырял днем в поисках тебя.

Я сидел и смотрел всю ночь.

Смотрел в глубину моря.

Где корабль был потоплен вражеским огнем.

Ты стоял на якоре в тишине.

Гитара, на которой ты играл

Плывущая по волнам

Вибрирующие струны пробуждали мое сердце.

Помнишь ли ты

тот полдень

когда, возвращаясь на первый мост.

два реактивных самолета преследовали нас и нырнули.

Корабль GF 28 был взорван.

Голова и конечности офицера были отправлены на одиннадцатый мостик.

Капитан был разрублен поперек тела.

Три механика были расчленены прямо рядом с орудийным пьедесталом

Кишки четырех матросов вывалились из брюшной полости

Носилки в спешке

Шаги людей были хаотичными.

Я собрал все части вашего тела.

Мои руки дрожали, я собирался заплакать.

Звук корабля свистел, покидая станцию, как крик.

Как воющие звери в конце леса.

В порту Хайфон раздались прощальные свистки.

Польские моряки снимали шляпы, чтобы посмотреть, как они уходят....

Сколько слез пролилось?

Сколько белых облаков улетело в траур?

Помнили ли вы

Имена друзей, названия кораблей

В устье реки, в устье моря

Нгиа Хунг, Лач Чыонг, Лач Хуен.

Суан Хай, Куа Хой, Бьен Сон.

Порты Гиан, Бен Тхуи, Ха Лонг...

Люди, которые ушли, закрыв страницу жизни.

Спокойная и напряженная.

Привяжите мой возраст к морскому возрасту миллионов лет.

Мне повезло больше, чем вам.

Волны омывают берег, чтобы жить.

Стоять у моря

Выразить слова благодарности

Khúc Hai

Ta nhớ không quên cơn bão số 5
bão cấp mười hai
trời tối sầm
biển rung chớp giật
bão đổ về nhanh hơn dự báo
không còn nhìn thấy gì phía trước
không còn thấy gì phía sau
sóng chồm lên nuốt chửng con tàu
kim la bàn quay không định hướng
từ trường như đang đổi chiều
trái đất như đang đổi cực

mưa gió nổi lôi đình
trút vào con tàu đơn độc
cần cẩu đứt dây đập thủng boong tàu
thuyền cứu sinh bay vù xuống biển
tiếng va đập ầm ầm như búa nện
tàu dần nghiêng hết thế cân bằng
ta vật lộn suốt đêm giữa sóng đen hung dữ
nơi không thể tìm ra một mảnh đất nào để bám
ta chỉ còn nối chặt tay nhau
sóng dạt vào vách đảo
người ướt sũng rét run, tái nhợt
nhìn vào nhau thương bạn, thương mình
thất thểu tìm hang

nhặt cỏ, nhặt cành
nhóm hơi ấm hong quần hong áo
ngọn lửa đêm huyền ảo
múa quanh những cành khô
bạn thiếp đi trong ánh lửa ảo mờ
ta ngồi chất thêm cành thêm cỏ
khoảng cách giữa ta và lửa
là bập bùng bóng mẹ đêm đêm
là bập bùng nhớ nhớ quên quên
những vần thơ
ta nhẩm trên sóng

ta viết sau trận bom
ta viết khi thoát khỏi sự bủa vây của tàu biệt kích

ta viết khi gặp em giữa mùa chiến dịch
trôi trên sông một bóng chim trời

rồi cơn bão cuối chiều cuốn hết
đồ đạc áo quần không tiếc
tiếc ngẩn ngơ những trang viết không còn

Mẹ ơi
biển đã tái sinh con
trong đêm cuồng phong, trở dạ
sau cơn bão này con lớn lên hơn
có lúc con chỉ nghĩ giản đơn
sức lực mình tháng năm quá tải
đâu biết mẹ trở mình hoài trong đêm

giữa đồng quê ta mùa khát khô, mùa lũ
vun một luống khoai bom đạn cày lên phải trồng lại mấy lần
nghĩ về chúng con
vầng trán mẹ chưa lúc nào lặng sóng
lo đứa ở chiến trường
lo đứa nơi phía biển
mẹ quá tải về tinh thần
con nhiều
còn lớn lao hơn

Bàn tay ai đánh luống sóng vồng lên
cho biển sáng nay trải cánh đồng vô tận
đàn hải âu miệt mài sải cánh
đã nhú lên những cánh buồm

Раздел второй

Я не забываю пятый шторм

Шторм в двенадцатом классе

Было темно.

Море дрожало и вспыхивало.

Шторм надвигался быстрее, чем ожидалось.

Ничего не было видно впереди.

Я не видел ничего позади

Волны нахлынули и поглотили корабль

Игла компаса не была ориентирована.

Магнитное поле, казалось, изменило направление

Казалось, что Земля меняет полярность

Штормовой ветер и дождь

заливали одинокий корабль.

Кран оборвал трос и пробил палубу

Спасательная шлюпка улетела в море

Раздался стук молотка.

Корабль медленно накренился и потерял равновесие.

Я боролся всю ночь среди свирепых черных волн.

Я не мог найти ни кусочка земли, чтобы ухватиться за него.

Нам оставалось только держаться за руки.

Волны омывали стену острова.

Промокшие, холодные, дрожащие, бледные.

Мы смотрели друг на друга, любили тебя, люби меня.

Не смогли найти пещеру

Собирали траву, собирали ветки.

Развели костер, чтобы высушить одежду.

Волшебный ночной костер

Как танец вокруг сухих веток

Ты заснул в тусклом свете костра.

Мы сидели и собирали ветки и траву.

Расстояние между мной и костром

Было мерцающей тенью матери в ночи.

Мерцала, вспоминала, забывала, забывала.

Стихи

Я думал на волне

Я писал после боя с бомбой

Я писал, когда вырвался из осады коммандос.

Я писал, когда встретил тебя в разгар кампании.

Плыла по реке тень небесной птицы.

А потом поздний шторм смыл все это.

Мебель, одежда, никаких сожалений.

Мне было жаль, что страницы больше не исписаны.

Мамочка

Море родило тебя.

В бурную ночь начались роды.

После этого шторма я выросла.

Иногда мне казалось, что это просто.

Мои силы со временем были перегружены.

Я не знал, что моя мать постоянно беспокоится по ночам.

Посреди нашей деревни в сухой сезон и в сезон наводнений

Выращивал грядку картошки, потом перепахивал ее, сколько раз ее пересаживали.

Думал о нас

Материнский лоб никогда не был спокоен.

Беспокоилась о детях на поле боя
Беспокоилась о ребенке у моря
Психически перегруженная мама
Еще
Еще больше

Чья рука ударила по волнам
Море этим утром раскинуло бескрайнее поле
Стаи чаек расправили крылья.
Паруса подняты

Khúc Ba

"Ai hát về rừng cây"
tôi hát về con người
người thuyền trưởng phá lôi trên mặt biển

Uyển!
sau bao năm bệnh tật triền miên
đã trở về với đất

Uyển
người dẫn đội tàu phá lôi Lê Mã Lương
khai thông luồng suốt chiều dài miền Bắc
khi tờ lịch bóc hết mùa đông

quả thủy lôi cuối cùng bị phá
biển cả đã trong lành
luồng lạch đã thông suốt

thì quả bí cuối cùng cũng hết
can nước mắm cuối cùng cạn kiệt
năm con tàu cơm muối bữa tất niên
những người con chiến thắng trở về
trò chuyện râm ran
bỗng lặng im như đất
lòng dâng nỗi nhớ nhà
nhớ nồi bánh chưng chiều ba mươi tết
tàu đi qua quê mà không về được

anh biết lòng thủy thủ chênh chao

anh là thuyền trưởng
anh là trưởng đoàn
nhìn anh em thấy thương
lệnh cho tàu ghé vào bờ đổi hai bao gạo ướt
lấy ít rau ít thịt
(hai bao gạo thấm nước vừa vớt được
trôi lạc đường kẹt giữa bãi thủy lôi)

hạnh phúc nào của anh
hạnh phúc nào của tôi
hạnh phúc giản đơn
ta có được
khi tất cả trở về bình an
khi đồng đội hân hoan
ăn bữa cơm đầu năm không độn ngô lại có rau có thịt
nhìn nhau cười lành như đất, như cây

Niềm vui về bờ chưa ấm hết vòng tay
anh được gọi lên
gặp bão
-"Anh có biết dùng gạo ấy là vi phạm kỉ luật chiến trường?
là ảnh hưởng máu xương ngoài mặt trận?"

Anh ngồi viết kiểm điểm
đơn giản như nghĩ suy

thật thà như bản chất

không lời phân bua
sẵn sàng chịu kỉ luật
mệnh lệnh có thể sai
trái tim thì đúng
bình thản như cánh hải âu

khoát giữa trời xanh biển rộng
vẫn thảnh thơi như sau khi phá xong những quả bom từ trường
như đã nhìn anh em ăn bữa cơm có thịt có rau đầu năm mới
đồng đội thương anh, thanh minh
đồng đội thương anh, bất lực

hồ sơ phong anh hùng đặt trên bàn thi đua gấp lại
anh trở thành tội đồ

tội đồ và anh hùng cách nhau một lời phán

thương anh năm tháng hạn
ở biển thì nổi
về đất lại chìm
anh như khắc tinh của bom từ trường
bom ẩn nơi đâu anh tìm tới đó
anh đến là bom nổ
lực hút là anh, sức đẩy cũng là anh

cá thể có thể quên
những người hụt hơi trong cuộc chiến thì quên
tập thể có người quên người nhớ
nhưng Tổ quốc không quên
biển thì vẫn nhớ
người anh hùng
dẫu không danh hiệu tôn vinh

nhớ Uyên
đất lại bồi thêm những hạt phù sa
nhớ Uyên
biển lại thêm con sóng vỗ

có lời vang trong gió
chưa mặn sóng xin đừng nhân danh biển
mới biết luống cày sao hiểu hết đất đai

Bao con người ra đi không có tượng đài
bao con người chỉ còn trong kí ức
không dòng tên khắc lên bia trang trọng
họ đã sống rạng ngời nhân cách sống
âm thầm làm nên đất nước
Việt Nam ơi!

Раздел третий

"Кто поет о лесе"
Я пою о людях
Капитан разбил торпеду в море

Уйен!
После долгих лет хронической болезни
Ушел навсегда и вернулся на землю

Уйен
Командир флотилии торпедных катеров Ле Ма Лыонг
Расчищая русло по всей длине Севера
Когда календарь был содран с зимы.

Последняя торпеда была уничтожена.
Море было чистым
Ручей был чист.
Последняя тыква закончилась
Последняя банка рыбного соуса закончилась

Пять кораблей с соленым рисом для еды в конце года

Дети-победители вернулись

Щебечущая болтовня

Внезапно стало тихо, как на земле.

Ностальгия в моем сердце

Вспомнил кастрюлю "бань чанг" в полдень тридцатого года.

Корабль прошел через родину, но не смог вернуться, чтобы навестить ее.

Я знал, что сердце моряка трепетало.

Он был капитаном.

Он был командиром команды.

Он с жалостью смотрел на своих товарищей.

Приказал кораблю сойти на берег, чтобы обменять два мешка мокрого риса.

В обмен на овощи и немного мяса

(Взяли два мешка риса, вымоченного в воде.

Потеряли дорогу, застряв посреди минного поля)

Which happiness was yours?

Каким было мое счастье?

простое счастье

которое было у нас

когда все мы вернулись домой в целости и сохранности.

Когда товарищи по команде были счастливы

Ели первую в году еду без кукурузной начинки, овощи с мясом

Смотрели друг на друга и улыбались, как земля, как дерево.

Радость возвращения на берег еще не согрела все мои руки.

Его позвали

Встретил бурю

"Ты знаешь, что употребление этого риса - нарушение боевой дисциплины?

Влияние крови на поле боя?"

Он сел писать отзыв.

Простой, как мысль.

Честно, как природа

Никаких оправданий

Готов к дисциплине

Команды могут быть неправильными

Сердце было верно

Спокойные, как чайки.

Между голубым небом и широким морем

Все так же спокойно, как после обезвреживания магнитных бомб.

Как будто смотришь, как ты ешь мясо с овощами в начале нового года.

Товарищи любили тебя, защищали

Товарищи по команде любили тебя, беспомощного

Папка о присвоении звания героя, положенная на стол для рассмотрения конкурса, была сложена

Ты стал грешником

Грешники и герои были разделены приговором

Лелеял тебя до поры до времени.

В море ты плавал

И обратно на землю опустился.

Вы были как криптонит магнитной бомбы.

Если бы бомба была где-то спрятана, вы бы нашли ее там.

Когда ты придешь, бомба взорвется.

Притяжение - это вы, отталкивание - тоже вы.

Отдельные люди могли забыть

Те, кто храбро сражался на войне, не помнили их.

Были люди, которые забывали и которые помнили.

Но Отечество не забывает.

Море помнит.

Героя

Хоть и не было почетного звания

Уйен

Почва была наполнена аллювиальными частицами

Уйен

На море стало больше волн

Отголоски ветра

Не соленое, пожалуйста, не используйте название моря.

Зная только борозду, как я могу понять землю.

Сколько людей отдали свои жизни без памятника.

Сколько людей осталось только в нашей памяти.

Нет таблички с именем, чтобы выгравировать на стеле почтения.

Они прожили яркую жизнь

молча строили страну

О Вьетнам!

Khúc Bốn

Xin đừng đặt lên cân tiểu ly thành tích của bạn tôi
có ai đòi hỏi nhu cầu
có ai mưu toan danh lợi
bạn tôi chỉ biết phá hết thủy lôi
bạn tôi chỉ mong sao đưa hàng tới đích
bạn tôi mong hết mùa chiến dịch
về thăm lại mẹ mình

đơn giản thế mà sao chẳng được
đứng xếp hàng trong nỗi nhớ điểm danh
thuyền trưởng Tùng, Vàng, Đảnh, Huyên
thuyền phó Hải, Loát, Hùng, Minh, Thiện
thủy thủ Vọng, Hương, Nga, Minh, Chiến…

tên nối dài theo những nén tâm nhang
tên nổi chìm trong tiếng biển âm vang
cứ thao thức đập vào vách đá
mấy chục con tàu đã nằm sâu lặng lẽ
vầng trăng cuối trời thương nhớ gửi về đâu

Những con sóng gối nhau
không bắt đầu từ gió
âm thầm dâng
âm thầm vỡ
thành êm đềm sông

thành biển dạt dào
Đồng đội tôi - những người ít nói
chỉ lặng thầm
chỉ mải miết xanh
họ đã sống cùng tháng năm đất nước
thổi hồn mình vào bốn ngàn năm

Những trái tim đập giữa sóng biếc xanh
làm xao động những bãi bờ dào dạt
Thấu những gì mặn chát
thương những gì khao khát
biển miệt mài chưng cất những cơn mưa

Раздел четвертый

Не кладите достижения моего друга на ювелирные весы.

Никто ничего не просил.

Никто не замышляет корысти

Мой друг знал только, как уничтожить все торпеды.

Мой друг просто хотел доставить товар по назначению

Мой друг с нетерпением ждал окончания сезона кампаний.

Чтобы снова навестить свою мать.

Все было так просто, почему бы и нет?

Стояли в очереди, ностальгируя о посещении

Капитан Тунг, Ванг, Данх, Хуен.

Вице-капитан Хай, Лоат, Хунг, Минь, Тхиен

Матросы Вонг, Хыонг, Нга, Минь, Чиен…

Имя распространяется на воспоминания

Имя знаменито и имя утопает в эхе моря.

Не спит и бьется о скалы

Десятки кораблей тихо лежали на глубине.

Куда последняя луна с неба посылает свой завет?

Волны накладываются друг на друга

Не от ветра.

Тихий перелив

Тихо похлопывая

В мирную реку

Становится щедрым морем

Мои товарищи по команде - те, кто молчал.

Просто молчали

Только зеленые

Они жили со временем страны

Вдохнули свои души в четырехтысячелетнюю историю.

Сердца бьются в синих волнах

Потревожить щедрые берега

Пойми, что соленое

Любите то, что желаете.

Море усердно перегоняет дожди.

Giọng Biển

Những đứa con của gừng cay
tìm về muối mặn
vung sải tay đo chiều dài trên sóng
đặt bước chân in dấu chủ quyền
nương tiếng sóng cất lên giọng biển
tiếng ghi ta bập bùng
tiếng ghi ta trầm hùng
gợi bao nhiêu gương mặt
gợi bao mùa chiến dịch
có người khuất lại hiện về trên sóng
có người còn nhòa nhạt tựa hơi bay
tiếng hòa gam mê say
tiếng từng giây thổn thức
bập bùng còn mất những ngày qua

Ta hát lời khơi xa
có cánh chim chứa đầy dông bão
ta hát lời hải đảo
ngọn hải đăng thao thức đợi chờ

Ta về lại ngày xưa
nhẩm câu thơ cát ướt
biển lặng sóng trong từng vỏ ốc
bàn chân ai đánh thức dấu chân mình

Có tiếng cười rung rinh
giữa triền hoa muống biển
chợt tóc em cài tím

bàn tay ấm nắng chiều

Em cứ hát đi lời của thương yêu
em hát đi lời sóng ru bờ cát
em hát đi lời mênh mông dào dạt
câu ví nào theo muôn dặm cùng ta

Trước biển
tôi viết lời trần tình
chúng tôi đã sống ra sao
chúng tôi cười lên cái chết như thế nào
trên từng biên độ sóng
trong bão tố, đạn bom
lòng không dao động
không phút giây hổ thẹn
trước cao rộng bao la
trước linh hồn bè bạn
trước nhân dân
trước Tổ quốc mình

Trước biển
tôi viết lời ân tình
biển có trong tôi vị mặn lúc chào đời
tiếng sóng trộn vào giấc ngủ
cánh buồm căng đầy ngực thở
cho tôi hiểu mặn chát
cho tôi những trong lành
cho tay tôi khoát mềm lên vai sóng
để chân mình chân sóng chạm vào nhau

niềm vui gối buồn đau
niềm tin và lẽ sống
biển trong tôi cả những ngày biển động
bàn chân trần vục trong cát chờ cha
có tiếng gì vang vọng rất xa
mùi cá nướng thơm đằm kí ức
lặng lẽ ánh đèn khuya câu mực
tiếng ai rao thương vẫn chợ chiều
tôi thao thức
cùng mẹ tôi thao thức
tóc bạc phơ trước biển tự bao giờ

Bạn thân yêu
giờ ở nơi đâu

ta đã sống bằng sức bền nào những năm tháng ấy
những năm tháng khoa học không thể chứng minh
sức chịu đựng của con người vượt quá giới hạn là có thật

những năm tháng tôi là ta
là chúng ta
là dân tộc

những năm tháng khoảng cách biển không đo bằng hải lý
đo bằng nỗi nhớ
niềm vui
và mất mát hy sinh

những năm tháng viết một câu thơ màu sim ngỡ là lỗi nhịp
ta hòa trong sắc phượng rợp trời

những năm tháng đường ngắn nhất không còn là đường thẳng
mọi tuyến đường kẻ thù ngăn chặn
con đường nào đã đi tới thành công

Cánh buồm nào gom gió những dòng sông
khóm tre nào bên nhau làm nên thành lũy
những quan niệm về nhân sinh thẩm mỹ
năm tháng này có khác mai sau?

Mai sau… mai sau… khúc hát những con tàu
có giai điệu nào lọt vào miền giao hưởng
xin cho được phút giây kiêu hãnh
về một thời biển cả
một thời tôi

Голос моря

Дети пряного имбиря

Вернулись с соленой солью

Отмеряйте длину руки на волне

Ступни, запечатленные суверенитетом.

Опираясь на шум волн, чтобы возвысить голос моря.

Звук гитар, мерцающий

Звук гитар, сильный и подвижный

Вызвал множество лиц

Вызвал много сезонов кампании

Кто-то, кто умер, вернулся на волнах.

Некоторые люди даже исчезали, как пар

Гармония страсти звука

Звук рыданий каждой струны

Мерцание все еще живых мертвецов в последние дни.

Я пою слова на берегу

Там крылья птиц полны штормов.

Я пою слова остров

Маяк неспокойный ждет

Я вернулся к прежним временам.

Читал стихи о мокром песке.

Море было волнами спокойными в каждой раковине.

Чьи ноги пробудили следы?

С хихиканьем

Между морем цветов утренней славы

Вдруг твои волосы стали фиолетовыми.

Теплые руки в лучах полуденного солнца

Ты поешь слова любви

Ты поешь слова о волнах, убаюкивающих песчаный берег

Ты поешь слова необъятный перелив

Какие народные песни уходят со мной очень далеко?

Перед морем

Я написал, чтобы прояснить.

Как мы жили?

Как мы ехали на смерть?

На каждой волне амплитуды

В шторм, под пули бомбы

Сердце не дрогнет

Ни минуты стыда

Фронт был высок и широк безбрежно

Перед душами друзей

Перед народом

Перед Родиной

Перед морем

Я написал добрую волю

Море дало мне соленый вкус, когда я родился.

Шум волн смешивался со сном.

Парус дышал полной грудью.

Дайте мне понять соленый вкус

Подарил мне чистоту

Пусть моя рука лежит на плече волны.

Пусть мои ноги и волны касаются друг друга

Счастье подушка грусть

Убеждения и образ жизни

Море во мне даже в суровые морские дни

Босыми ногами на песке в ожидании отца

Звук, который эхом отдавался далеко-далеко.

запах жареной рыбы, благоухающий воспоминаниями.

Тихий свет ночника, ловящего кальмаров.

Чей голос был так мил на полуденном рынке

Я проснулся.

И проснулась моя мама.

Белые волосы на фоне моря.

Дорогой друг.

Где ты сейчас?

Я жил с силой в те времена.

В те времена, когда наука не могла доказать.

Что человеческая выносливость за пределом реальна.

В те времена я был собой

а также нами

нацией.

В те времена, когда морские расстояния не измерялись морскими милями.

Измерялось ностальгией

Измерялось счастьем

И жертвенными потерями

В те времена, когда я писал стихи фиолетовым цветом, думая, что это неправильный ритм.

Я обрел гармонию с ярким переливом.

В те времена, когда кратчайший путь уже не был прямым.

Все дороги враги преграждают

Эта дорога вела к успеху

Какой парус собирал речные ветры?

Какой бамбук, сцепившись, создал вал?

Представления об эстетике человеческой жизни

Отличалось ли то время от будущего?

Будущее... будущее... песня кораблей

Есть ли мелодия, которая входит в область симфонии?

Хотелось бы на мгновение гордиться

Временем моря

Время меня

Đội ngũ

Khúc Một

Giữa căng phồng ngực biển
nhấp nhô những con tàu
năm mươi ngàn
bảy mươi ngàn
một trăm ngàn tấn
Tổ quốc ngời trên sắc cờ đỏ thắm
lồng lộng giữa trời xanh
phần phật bay trên từng hải cảng
Nagoya - Busan – Singapore – Hongkong
Dubai – Tanger Met – Marseille

Hamburg – Rotterdam – Los Angeles…
bước nhảy vọt của những con tàu GF, TL, VS
qua những đại dương

Ta đã đi qua suốt những chặng đường
hiện thực hóa giấc mơ thời trai trẻ
bao biển lớn và chân trời mới mẻ
bè bạn năm châu thân thiện mở vòng tay
bao miền đất hứa mê say
chốn phồn hoa gợi bao lời hẹn ước
vẫn không làm ta quên được
cánh cò xa đập nhịp đời mình

Bầu trời căng nửa bán cầu trên
vầng hào quang huyền ảo

ta mải mê băng qua miền xích đạo
ngấn phù sa còn đọng lại thân tàu
Biển vẫn đầy
biển chẳng vơi đâu
vẫn mải miết quay
ôm tròn lấy đất
không tràn ra
không một giọt rời ra

thương ai ở tận non xa
đi hoài mà không tới biển
thương ai cách biển một tầm nhìn
mà suốt đời chỉ nghe sóng vỗ
mà chỉ nghe biển thở
trong bồi hồi nhịp đập của đất đai

có theo hết sông dài
mới đắm mình vào biển rộng
mới hiểu hết vị mặn
mới thấm thía ngọt ngào

Ta nhỏ bé
ta lớn dần trước biển
càng thấy biển mênh mông
biển rộng lớn nhường nào
như ta lớn trong vòng tay của mẹ
mới thấy mẹ mình vĩ đại biết bao

Глава пятая: Эскадрилья

Раздел первый

Среди вздымающейся груди моря
Корабли
Пятьдесят тысяч
Семьдесят тысяч
Сто тысяч тонн
Страна сияет на малиновом флаге
В центре голубого неба
Парящий над каждым портом
Нагоя - Пусан - Сингапур - Гонконг
Дубай - Тангер Мет - Марсель

Гамбург - Роттердам - Лос-Анджелес...
Прыжок кораблей GF, TL, VS
Через океаны

Я прошёл все пути
Исполнил мечту моего детства
Большой океан и новые горизонты
Дружеские друзья с пяти континентов раскрыли свои объятия

Так много страстных обетованных земель

Процветающее место, которое давало много обещаний.

И все же не смог заставить нас забыть.

Далекий аист отбивал ритм моей жизни.

Над верхним полушарием раскинулось небо.

Волшебный ореол

Мы были увлечены пересечением экватора.

На корпусе корабля остался ил.

Море по-прежнему полно

Море никогда не бывает пустым

Все еще занято движением

Обнимает землю

Не переполняется

Ни одна капля не вытекает

Любить кого-то далеко

Пройти вечность, не побывав на море

Любить кого-то с видом на море

Но всю жизнь я слушаю только волны.

Но только слушать дыхание моря

В пульсации земли

Следуйте за длинной рекой

Просто погрузиться в широкое море

Я просто понимаю соленый вкус

Свежий и сладкий

Я маленький

Мы растем на глазах у моря.

Чем больше я вижу необъятное море.

Насколько огромно море?

Как будто я вырос на руках у матери.

Я понимаю, насколько велика моя мама.

Khúc Hai

Ký ức ùa về trong thẳm sâu
nhớ cơn sốt đêm đông
nhớ ngày rét nắng hạ

nhớ một thời khói lửa
ngủ trên thủy lôi, trên sóng dập dềnh
bữa ăn giữa chừng bom đạn hất tung
bốn phía mênh mông thăm thẳm biển
không có một mảnh đất để tựa
điểm tựa duy nhất của ta là bạn
điểm tựa duy nhất của bạn là ta
tựa vào nhau ngửa mặt trên boong tàu mà bắn
làm sao tránh được bom đạn
xác suất sống gắn liền lòng quả cảm
xác suất sống gắn liền tình bạn

niềm tin yêu lấp lánh ánh mắt nhìn
họp bình bầu thi đua
nhường nhau từng danh hiệu
điều rất thật mà tưởng chừng khó hiểu
cả sự sống cũng nhường nhau
thì còn gì để mất
thì làm sao mà không chiến thắng
làm sao đất nước không trường tồn

Ký ức như của để dành
nuôi ta những ngày giáp hạt

nụ cười và nước mắt
dành dụm cho mình cùng bạn nhớ thương nhau

Hình như ta sinh ra là để vì nhau
để sát cánh cùng đồng cam cộng khổ

hình như sóng sinh ra là để vỗ
nhịp vô tư ru lớn con người

hình như biển sinh ra để nuôi chân trời
cho ta ngữ ngôn về lẽ sống
cho tâm hồn ta khoát vào cao rộng
nhịp nhàng theo cánh hải âu

Lớp lớp sinh viên tốt nghiệp, lên tàu
lại gắn chiếc mỏ neo lên mũ
lại đối mặt với bão tố phong ba
dẫu đam mê khơi xa
vẫn hướng về bờ cát
nơi dòng sông và biển giao thoa
nơi biển cả lượn theo hình đất nước
tiếng sóng vỗ vào hồn dân tộc
âm vang bốn phương trời
rồi cùng hát theo lời biển hát
để thương yêu nhau hết lòng

rồi học cách sải cánh vươn vai
biết như sóng không bao giờ riêng lẻ
biết như sóng không bao giờ ngừng vỗ
làm nên biển mênh mông
làm nên biển hào hùng
vẫn chiếc phao: niềm tin và lòng quả cảm
cánh hải âu chao dọc đời mình...

*

*   *

Bốn mươi năm
đi chưa hết những chiều dài con sóng
bơi ngược thời gian chẳng gặp lại ban đầu
mỗi lớp sóng là một dòng sự tích
trải bi hùng giữa bát ngát thẳm sâu

Bốn mươi năm
hành hương dọc đường số một
xanh biếc thông reo
xanh biếc sóng dạt dào
ta về qua Bãi Lữ

thấp thoáng những cột buồm dâng hương tưởng niệm
con của bạn đã thành thuyền trưởng

vượt đại dương
Bãi Lữ giờ đã thành resort
chiếc ghi ta bồng bềnh trong sương khói mênh mang

Ta đã cách em một khoảng cách bờ Gianh
khoảng cách giọng bà ru cháu
bốn mươi năm không qua được
ca nước vối cuối mùa chiến dịch
vẫn thơm nồng

Ta gọi tên bạn bè lớn lên từ những dòng sông
cánh tay biển ôm tròn ba phần tư trái đất
tiếng đập cánh
giữa nền trời khao khát
nhịp sóng xanh
trùng điệp tới chân trời

Hải Phòng, đầu xuân 2015

Раздел второй

Воспоминания нахлынули с новой силой.

Скучаем по зимней ночной лихорадке

Помните холодные и солнечные дни

Помните время дыма и огня

Спать на торпеде, на разбивающихся волнах.

На полпути к трапезе взорвались бомбы и пули.

Со всех сторон бескрайнее море.

Не было земли, на которую можно было бы опереться.

Моей единственной опорой была ты.

Твоей единственной опорой был я

Опираясь друг на друга, стоя лицом к лицу на палубе и стреляя.

Как избежать бомб?

Вероятность жизни связана с мужеством

Вероятность жизни связана с дружбой

Вера любовь искрящиеся глаза

Собрание, чтобы проголосовать за подражание

Уступать друг другу каждый титул

Это настолько реально, что трудно понять.

Отдайте друг другу часть жизни.

Что еще остается терять?

Тогда победа будет за мной

Тогда страна будет жить.

Воспоминания - как сокровища, которые нужно беречь.

Накорми меня в дни между посевами

Улыбки и слезы

Сохранил для себя и тебя, чтобы любить друг друга

Казалось, мы рождены друг для друга

Плечом к плечу делить радости и горести.

Кажется, что волны рождены, чтобы хлопать

Беззаботные волны убаюкивают человека

Кажется, что море рождено, чтобы кормить горизонт

Дай мне язык жизни

Дай нашим душам подняться высоко и широко
Ритмично следуя за крыльями чаек.

Поколения выпускников садятся на корабль
Снова забрасывают якорь
Снова встречать шторм
Хотя страсть была далеко.
Но все равно направляюсь к песчаному берегу
Где река и море встречаются
Где море омывает страну.
Шум волн, разбивающихся о душу нации.
Эхо в четырех направлениях
Тогда пойте вместе с лирикой моря
Любить друг друга всем сердцем

Тогда научитесь расправлять плечи
Знайте, что волны никогда не бывают одиноки.
Знайте, что волны, которые никогда не перестают разбиваться
Сделать море необъятным
Сделать море героическим
По-прежнему оставаться буйком: вера и мужество
Чайки летают всю жизнь...

*
*   *

Сорок лет

Не доплыли до волны

Уплыть в прошлое и больше никогда не увидеть друг друга

Каждый слой волны - это поток накоплений

Распространяя героическую трагедию посреди глубокой бездны.

Сорок лет

Паломничество по дороге номер один

Звуки сосновой зелени

Лазурно-голубые волны

Мы возвращаемся через пляж Лу.

Возвышающиеся столбы, возносящие благовония в память о вас.

Ваш ребенок стал капитаном

Через океан

Лу Бич теперь курорт

Гитара плавает в огромном тумане.

Я был далеко от тебя, на расстоянии от берега Джанха.

Бабушкин голос убаюкивает меня.

Сорок лет разлуки

Стекло амниотической жидкости в конце предвыборного сезона

Все еще приятно пахнет

Я называю имена друзей, выросших в реках.

Рукав моря обнимает три четверти земли.

Звук хлопанья

Посреди тоскующего неба

Ритм синих волн

Перекликается с горизонтом.

Хайфон, начало весны 2015 г.

Thức Với Biển – Ký Ức Của Người Trong Cuộc
Nhà thơ Vương Trọng

Trong cuộc thi sáng tác văn học của Hội Nhà văn Việt Nam kết hợp với Bộ Giao thông vận tải tổ chức năm 2014 – 2015, Ban Giám khảo phần thơ thật vui mừng khi đọc xong "Thức với biển", trường ca của Nguyễn Đình Tâm, mừng vì trước đó đã đọc hàng trăm tác phẩm dự thi bao gồm những tập thơ và trường ca về đề tài này, nhưng chưa tìm được "ngọn cờ". Lúc đó các thành viên chấm thi chưa biết tác giả Nguyễn Đình Tâm là ai, nhưng đều có chung nhận định, đây là trải nghiệm của người trong cuộc. Trường ca này là ký-ức-thơ của thủy thủ đoàn tàu biển vận chuyển vũ khí, lương thực, thuốc men, hàng hóa… chi viện cho chiến trường, là bản hùng ca của vận tải biển trong cuộc kháng chiến chống Mỹ cứu nước. Nói đến các đoàn tàu vận tải biển trong giai đoạn này, bạn đọc thường nghĩ đến những con tàu không số huyền thoại mà văn học, điện ảnh… đã có nhiều tác phẩm đề cập. Nhưng bên cạnh những con tàu không số đó, là những đoàn tàu có số, số lượng đông đúc hơn, làm công tác vận chuyển từ cảng Hải Phòng vào miền nam khu Bốn.

Chúng ta biết rằng, thời đó tất cả những nhịp cầu trên đường bộ đều bị phá hủy, các bến phà bị đánh phá tan nát, công việc vận tải đường bộ gặp rất nhiều khó khăn. Trước tình hình đó, năm 1968, để thực hiện chủ trương của Bộ Chính trị, Bộ Quốc phòng, Bộ Giao thông vận tải là tăng cường tối đa vận chuyển chi viện cho chiến trường. Cục đường biển mở chiến dịch VT5 huy động các đội tàu Giải phóng (GF), Tự lực (TL), Quyết thắng (VS) và tàu Tankit (TK-chở xe tăng) vào chiến dịch. Ngày đó Nguyễn Đình Tâm là giảng viên đại học, dạy bộ môn động cơ đốt trong, nên được điều giữ chức danh sĩ quan Máy hai rồi Máy nhất của tàu GF 01 trực tiếp tham gia chiến dịch này và anh đã có mặt trong suốt 14 chuyến vận tải, vượt qua bao thử thách ác liệt, nhiều lần được tặng các danh hiệu thi đua ngành Giao thông vận tải. Anh tâm sự rằng anh viết trường ca này để ghi lại một giai đoạn lịch sử ác liệt và hào hùng của dân tộc mà mình trực tiếp tham gia, đồng thời tri ân những đồng đội đã hy sinh vì sự nghiệp cao cả:

Tôi là người may mắn hơn các anh
sóng dạt sang bờ sống
để đứng về phía biển
dâng những lời tri ân

Là người trong cuộc, viết về những công việc của mình, của đồng nghiệp với cảm xúc chân thành với nhiều chi tiết nếu người không trực tiếp tham gia khó có thể nghĩ ra mà mô tả:

Tàu dồi dọc rồi tàu lắc ngang
đứng không vững, bám vội vào nắp máy
bàn tay bỏng rộp khét lẹt mùi da...

Hay:

> *Tàu lắc quá thì nằm xuống sàn*
> *buộc mình vào chân giường mà ngủ*
> *con sóng tràn ướt đẫm giấc mơ*

Hoặc:

> *Mũ bảo hộ vỡ rồi*
> *ta bện mũ rơm*
> *mũ rơm đập va êm hơn mũ nhựa*
> *đoàn thủy thủ mũ rơm*
> *thêm chở che của lúa...*

Hay như cảnh xẩy ra trên tàu khi cơn bão kinh khủng ập đến:

> *Cần cẩu đứt dây đập thủng boong tàu*
> *thuyền cứu sinh bay vù xuống biển*
> *kim la bàn quay không định hướng*
> *từ trường như đang đổi chiều*
> *trái đất như đang đổi cực*

nếu không từng trải, khó mà tưởng tượng được!

Có những chi tiết vừa thực, vừa cảm động. Quê Nguyễn Đình Tâm ở Cửa Hội, thế mà bao lần đưa tàu vào phía nam, qua quê nhà mà không ghé thăm mẹ được:

> *Tôi đi qua quê mình mà không dừng lại*
> *Hòn Ngư mờ trong sương*
> *giờ này chắc mẹ còn thao thức...*
> *Con muốn kéo hồi còi thật vang*
> *chào quê hương mà chẳng thể...*
> *xin con sóng tạo nên từ tàu con*
> *vỗ về bờ với mẹ*
> *Ngọn hải đăng trên vách đảo chớp hoài*

Vận chuyển một chuyến hàng trót lọt từ cảng Hải Phòng đến sông Gianh (Quảng Bình) là một kỳ công vì phải vượt qua bom đạn dội xuống từ trên trời, thủy lôi lập lờ trong nước, những chiếc tàu biệt kích luôn luôn rình rập. Đó là chưa kể những cơn bão bất thần nổi lên, ập đến. Trường ca này, Nguyễn Đình Tâm viết trong hồi tưởng, khi cuộc chiến tranh đã lùi xa hơn bốn mươi năm, nên nhiều sự mất mát hy sinh hiện ra một cách trần trụi:

Tàu GF 28 bị nổ tung
Sĩ quan lái đầu và tay chân bay lên cầu Mười một

Thuyền trưởng bị cắt đứt ngang thân
ba thợ máy xác tan bên bệ súng
bốn thủy thủ ruột trào khỏi bụng...

Đấy là chưa kể những thủy thủ chìm sâu vào đáy biển khi con tàu bị máy bay địch bắn chìm để lại nỗi hẫng hụt, đau thương cho người đang sống:

Ta ngụp lặn trong chiều tìm bạn
ta ngồi chong mắt vào đêm
nhìn sâu vào lòng biển
nơi con tàu bị bắn chìm
bạn đã neo vào khoảng lặng
chiếc ghi ta bạn chơi
bập bềnh trên sóng
dây đàn rung thổn thức lòng ta...

Giữa cái trần trụi đầy hy sinh gian khổ ấy vẫn

xuất hiện những câu thơ đẹp: *"Cho tay tôi khoát mềm lên vai sóng/ để chân mình chân sóng chạm vào nhau".*

Sở dĩ tôi gọi "Thức với biển" là ký-ức-thơ vì tác giả đã kết hợp nhuần nhuyễn ký ức với thơ. Trong cuộc thi về đề tài Giao thông vận tải lần này có nhiều trường ca viết khá công phu. Chỉ tiếc rằng, với một số nhà thơ chuyên nghiệp, vốn không phải là người trong cuộc thì thường gặp nhược điểm là "viết theo khái niệm", "một số tác giả trong ngành thì bề bộn chất sống nhưng thiếu chất thơ. Nguyễn Đình Tâm tránh được hai nhược điểm ấy nên tác phẩm của anh thuyết phục được từ những người trong ngành đến các nhà thơ chuyên nghiệp. Ý thức thơ trong ký ức của tác giả "Thức với biển" khá thường trực, cứ sau mỗi đoạn mô tả thực tế thì thế nào cũng có một vài câu giàu chất thơ gói ghém lại. Ta trở lại khổ thơ đã trích "Tàu lắc quá thì nằm xuống sàn/ buộc mình vào chân giường mà ngủ" là câu thơ tả thực, khá đặc sắc nhưng khổ thơ sẽ kém đi nhiều nếu thiếu câu thứ ba: "Con sóng tràn ướt đẫm giấc mơ".

Hay như đoạn con tàu bị bão đánh tơi bời, đoàn thủy thủ dạt vào đảo, vào hang tìm củi nhen lửa sưởi chống rét:

Bạn thiếp đi trong ánh lửa ảo mờ
Ta ngồi chất thêm cành, thêm cỏ
Khoảng cách giữa ta và lửa
là bập bùng bóng mẹ đêm đêm
Chính những "câu gói" như hai câu cuối trên đây đã

dứt hẳn lối viết nghiệp dư đơn thuần kể lể, đưa tác phẩm đứng đàng hoàng về phía chuyên nghiệp.

Chúc mừng nhà thơ Nguyễn Đình Tâm, mừng đề tài Giao thông vận tải có thêm một tác phẩm hay. Xin trân trọng giới thiệu trường ca "Thức với biển" cùng bạn đọc.

(Hà Nội, tháng 7 – 2015)
Vương Trọng

Просыпайтесь вместе с морем - поэтические воспоминания инсайдера

Поэт Вуонг Тронг

На конкурсе литературных произведений Ассоциации писателей Вьетнама, сотрудничающей с Министерством транспорта, проводимом в 2014 - 2015 годах, члены жюри поэтической секции были очень счастливы, когда закончили читать "Проснись с морем", эпик Нгуен Динь Тама, рады, что прочитали сотни произведений, представленных на конкурс, включая сборники поэзии и эпиков на эту тему, но так и не нашли "лучшего". В то время члены жюри не знали, кто автор Нгуен Динь Там, но у всех сложилось единое мнение, это опыт инсайдера. Этот эпос - поэтические воспоминания экипажа судна, перевозившего оружие, продовольствие, медикаменты, товары... ...для поддержки на поле боя, это эпическая поэма о судоходстве в войне сопротивления против США за национальное спасение. Говоря о морских конвоях этого периода, читатели часто вспоминают легендарные бесчисленные корабли, о которых упоминает литература, кино... множество произведений. Но кроме этих бесчисленных кораблей, есть корабли с номерами, более многолюдные, выполнявшие транспортную работу из порта Хайфон на юг Четвертой зоны.

Мы знаем, что в то время все мосты на дорогах были разрушены, паромные терминалы уничтожены, работа автотранспорта была очень сложной. В этой ситуации в 1968 году, чтобы реализовать политику Политбюро, Министерство обороны и Министерство транспорта должны были максимально увеличить транспортировку помощи на поле боя. Морское управление открыло кампанию VT5, чтобы мобилизовать в нее корабли флотов "Освобождение" (GF), "Самодостаточность" (TL), "Решимость к победе" (VS) и "Танкит" (TK-tank). В тот день Нгуен Динь Там был преподавателем университета, преподавал двигатель внутреннего сгорания, должен был получить звание второго офицера по двигателям, а затем первого офицера по двигателям на GF 01, чтобы непосредственно участвовать в этой кампании, и он был там на протяжении 14 транспортов, преодолевая множество жестоких испытаний, много раз награжденный званиями подражания в транспортной отрасли. Он признался, что написал этот эпик, чтобы запечатлеть ожесточенный и героический исторический период нации, в котором он принимал непосредственное участие, и в то же время поблагодарить товарищей, пожертвовавших собой ради благородного дела:

Мне повезет больше, чем вам.

Волны омывают берег, чтобы жить.

Стоять у моря

Выразить слова благодарности

Как инсайдер, пишите о своей работе и работе своих коллег с искренними чувствами, со многими деталями, которые люди, не имеющие непосредственного отношения к делу, вряд ли смогут придумать и описать:

Корабль шатается в вертикальной плоскости, затем в горизонтальной.

неустойчиво цепляясь за крышку.

Обожженные руки с запахом горелой кожи

Либо

Корабль трясло так сильно, что я лежал на полу

привязал себя к изножью кровати и уснул.

Волны заливали сон.

Или

Шлем был сломан.

Мы сплели соломенную шляпу

Соломенные шляпы воздействуют тише, чем пластиковые.

Экипаж соломенной шляпы

Добавили защиту соломенной шляпе

Или, например, сцена, происходящая на корабле во время страшного шторма:

Кран оборвал канат и пробил палубу

Спасательная шлюпка улетела в море

Игла компаса не ориентируется

Магнитное поле, кажется, меняет направление

Земля, кажется, меняет полярность

Если вы не испытали этого на себе, трудно представить!

Есть детали, которые одновременно реальны и трогательны. Родной город Нгуен Динь Тама находится в Куа Хой, но сколько раз он ездил на поезде на юг и проезжал через родной город, не имея возможности навестить свою мать:

Я проехал через свой родной город, не останавливаясь.

Остров Нгу исчезал в ночи.

В это время моя мама должна была проснуться.

Я хотел очень громко посигналить.

привет родине, но не смог

мне помахали с корабля

поглаживая берег с мамой

Маяк на скале острова мерцал вечно.

Беспрепятственная транспортировка груза из порта Хайфон в реку Гиан (провинция Куангбинь) - это подвиг, ведь ему приходилось преодолевать бомбы и пули, падающие с неба, торпеды, плавающие в воде, постоянно скрывающиеся корабли коммандос. Не говоря уже о внезапно возникающих и налетающих штормах. В этом эпике Нгуен Динь Там пишет в своих воспоминаниях, что когда война закончилась сорок лет назад, многие потери и жертвы предстали обнаженными:

Корабль GF 28 был взорван.

Голова и конечности офицера были отправлены на одиннадцатый мостик.

Капитан был разрублен поперек тела

Три механика были расчленены прямо рядом с орудийным пьедесталом

Кишки четырех матросов вывалились из брюшной полости

Не говоря уже о моряках, которые погрузились на дно, когда корабль был потоплен вражеским самолетом, оставив живым разочарование и боль:

Я нырял днем в поисках тебя.

Я сижу и смотрю всю ночь.

Смотрю в глубину моря.

Где корабль был потоплен вражеским огнем.

Ты бросил якорь в тишине.

Гитара, на которой ты играешь

Плывущая по волнам

Вибрирующие струны пробуждают мое сердце

Посреди этой тягостной наготы все же есть прекрасные стихи: "Пусть моя рука лежит на плече волны, пусть мои ноги и волны касаются друг друга".

Я называю "Проснись с морем" поэтическим воспоминанием потому, что автор умело соединил воспоминания с поэзией. В этом конкурсе на тему "Транспорт" было много хорошо написанных эпосов. Жаль только, что у некоторых профессиональных поэтов, не являющихся инсайдерами, часто есть недостаток "писать по понятиям", "некоторые авторы в отрасли полны жизненного опыта, но им не хватает поэтического качества". Нгуен Динь Там избегает этих двух недостатков, поэтому его творчество убеждает в том, что из инсайдеров индустрии он превратился в профессионального поэта. Поэтическое сознание в памяти автора "Проснись с морем" довольно постоянно, после каждого фактического описания в нем обязательно найдется несколько поэтических предложений. Вернемся к процитированной строфе: "Корабль так трясло, что я лег на пол/привязался к изножью кровати и уснул" - реалистичное стихотворение, совершенно уникальное, но строфа была бы гораздо хуже, если бы не третья строфа: *"Захлестывающие волны омывают сон"*.

Или, например, часть корабля была повреждена штормом, команду выбросило на остров, и она отправилась в пещеру за дровами, чтобы разжечь костер от холода:

Ты засыпаешь в тусклом свете костра.

Мы сидим и собираем в кучу ветки и траву.

Расстояние между мной и костром

Это мерцающая тень матери в ночи.

Именно "оберточные предложения", как последние два предложения выше, полностью пресекли любительский стиль простого повествования, выведя произведение на профессиональный уровень.

Поздравляем поэта Нгуен Динь Тама, поздравляем с тем, что у темы "Транспорт" появилась еще одна хорошая работа. Мы хотели бы представить читателям эпос "Проснись с морем".

Ха Ной, июль 2015 г.

(Поэт Вуонг Тронг)

Thức Với Biển – Khúc Tráng Ca Thủy Thủ Tàu Có Số

Nhà thơ Nguyễn Trọng Tạo

Chúng ta biết khá nhiều về những *con tàu không số* dọc "đường mòn Hồ Chí Minh trên biển" qua phim ảnh, báo chí, phóng sự, ký sự và tiểu thuyết; nhưng chúng ta biết quá ít về những *con tàu có số* như các đội tàu Giải phóng (GF01 – GF37), đội tàu Tự lực (TL), đội tàu Quyết thắng (VS) và Tankit (TK chở xe tăng, và cảm tử để phá thủy lôi) đã vào sinh ra tử dưới làn bom đạn của máy bay, tàu chiến địch để vận chuyển lương thực, vũ khí, đạn dược, thuốc men, xăng dầu, xe tăng… chi viện cho chiến trường, với sự hy sinh thầm lặng trong cuộc chiến tranh vệ quốc đã qua. Ấp ủ suy nghĩ đó sau nhiều năm, nhà thơ Nguyễn Đình Tâm đã viết trường ca "Thức với biển" để tri ân và tôn vinh đồng đội của mình đã hy sinh vì sự nghiệp cao cả.

Có thể gọi "Thức với biển" là một bản hùng ca vận tải biển, một khúc tráng ca về những thủy thủ tàu có số của một tác giả là người trong cuộc, từng sát cánh đồng đội của mình trên từng con sóng, trong từng trận bom, trải qua bao mùa chiến dịch trong những tháng năm chiến tranh ác liệt, những tháng năm mà những người thủy thủ phải hy sinh mọi tình cảm riêng tư để làm tròn nghĩa vụ công dân của mình:

*Tôi đi qua quê mình mà không dừng lại
…Mẹ ơi! Con đây mà
con không dừng lại được
biển mịt mù sóng nước
con muốn kéo hồi còi thật vang
chào quê hương mà chẳng thể
chúng con phải khẩn trương đi
phải âm thầm lặng lẽ
xin con sóng tạo nên từ tàu con
vỗ về bờ với mẹ…*

Gần một nghìn câu thơ được bố cục thành 5 chương: *Mùa chiến dịch, Mở luồng, Tri ân, Giọng biển, Đội ngũ* đã làm thành một trường ca sử thi trữ tình đặc sắc về ngành vận tải biển từ những ngày kháng chiến gian nan để trưởng thành lớn mạnh như hôm nay.

Với bố cục này, Nguyễn Đình Tâm đã hóa thân thành nhân vật trữ tình xuyên suốt bản trường ca để ca ngợi những con người, những chiến công của một tập thể anh hùng "gan vàng, dạ sắt" góp phần làm nên lịch sử chói rạng một thời.

Ta gặp ở đây những con người tự truy điệu mình trước khi bước vào cuộc chiến:

*Chúng tôi truy điệu mình ở tuổi hai lăm
bước bình thản giữa trời xanh biếc
…Tuổi hai mươi, hai lăm như những lõi trầm
tự thơm và tự cháy*

Ta gặp ở đây những thủy thủ trẻ tuổi vừa rời ghế nhà trường đến với con tàu vận tải trong mưa bom bão đạn vẫn phơi phới niềm tin yêu:

Chúng tôi mỗi người một quê
mỗi người một giọng
Chinh, Đỗ, Sơn giọng Bắc
Hào, Thiện, Điệp giọng Nam
Tôi gió Lào cát trắng
trẻ trung và cháy bỏng
từ mái trường của biển
đập cánh vào trời xanh

Ta gặp ở đây những giây phút thẳng căng khi tàu bị tấn công vẫn hướng về đích đến như không sức mạnh nào ngăn nổi:

pháo địch phá mất đèn chập tiêu
thủy lôi chiếm hết luồng hết lạch
ta đi theo trí nhớ
lại dò thêm luồng mới ta đi
theo một mạch thẳng băng
theo những đường zích zắc
xuyên qua màn đêm chỉ là đôi mắt
mũi con tàu vạch sáng vệt lân tinh

Ta gặp ở đây những con tàu bị thương không thể vào bến nhưng vẫn gửi được hàng vào đất liền thật thông minh và sáng tạo:

từng bao gạo thả trôi
ngàn bao gạo thả trôi

trôi qua cửa tử
những bao gạo bọc trong bao chống thấm
dập dềnh trôi về phía chờ mong

Và những niềm vui vỡ òa khi được giao những chuyến hàng lớn cho chiến trường đang mỏi mắt ngóng chờ:

một trăm bảy mươi ngàn tấn lương thực thuốc men
một triệu tấn xăng dầu
năm ngàn thùng đạn
năm mươi tư xe tăng cho "Đường 9 - Nam Lào"…
em ngồi cộng niềm vui theo từng phiếu nhận hàng
niềm vui tỏa quanh ngọn đèn hạt đỗ

Trường ca không phải là kể những sự kiện theo con số thống kê của bản báo cáo tổng kết, nhưng những con số ở đây như đã được tác giả thổi hồn mình vào để biến nó thành niềm vui, nỗi buồn của người trong cuộc. Với lối viết tự sự - trữ tình khá nhuần nhuyễn, Nguyễn Đình Tâm dẫn dắt người đọc từ bất ngờ này đến bất ngờ khác, từ hồi hộp này đến hồi hộp khác, để rồi dâng lên những con sóng xúc động mang nhiều dư chấn.

Hình như sự hy sinh của những con tàu và đồng đội là những ám ảnh lớn trong lòng tác giả, vì thế mà chương *"Tri ân"* gây được cảm xúc mạnh mẽ với những đoạn thơ dữ dội thẳng căng:

hai phản lực đuổi theo bổ nhào
tàu GF 28 bị nổ tung

sĩ quan lái: đầu và tay chân bay lên cầu mười một
thuyền trưởng bị cắt đứt ngang thân
ba thợ máy xác tan bên bệ súng
bốn thủy thủ ruột trào khỏi bụng
…tiếng còi tàu rời ga như thét
như hú lên tiếng thú cuối rừng

Để rồi tác giả chùng lòng xuống cùng câu thơ lục bát hiếm hoi thay cho tiếng khóc, thay cho niềm tưởng nhớ lớn lao mãi mãi không nguôi:

bao nhiêu nước mắt đầm đìa
bao nhiêu mây trắng bay về chịu tang…

Viết về sự hy sinh trong thơ ta có thể nói là bất tận, bởi không có những hy sinh lớn lao đó thì không thể có chiến thắng vĩ đại để giành lại thống nhất, độc lập cho dân tộc. Trong cuộc chiến tranh chính nghĩa, hy sinh không phải là mục đích, nhưng hy sinh để cho cuộc chiến tới đích của chiến thắng là những hy sinh mãi mãi được tôn vinh. Vì thế, viết về sự hy sinh là không bao giờ thừa. Nguyễn Đình Tâm không chỉ dâng hương cho những anh hùng, liệt sĩ đã hy sinh trong cuộc chiến mà anh còn xây tượng đài cho cả những hy sinh thầm lặng của những đồng đội trở về sau chiến thắng.

Trong trường ca này, có thể nói, câu chuyện về thuyền trưởng có tên là Uyển *"người dẫn đội tàu phá lôi Lê Mã Lương"* đã tạo nên một dấu ấn đặc sắc mang đầy số phận bi hùng. Đấy là khi hoàn thành nhiệm vụ *"khai thông luồng suốt chiều dài miền Bắc"* thì anh em không còn gì để ăn Tết, Uyển đã cho anh em mang 2 bao gạo ướt vớt được trong bãi thủy lôi vào bờ đổi lấy ít rau thịt để có bữa tiệc đón xuân. Nhưng hành động nhân văn ấy của Uyển lại là hiểm họa cho anh. Anh bị cấp trên gọi về kiểm điểm. Và:

đồng đội thương anh, thanh minh
đồng đội thương anh, bất lực
hồ sơ phong anh hùng đặt trên bàn thi đua gấp lại
anh trở thành tội đồ

Viết đến đây, Nguyễn Đình Tâm như ứa nghẹn, anh tung ra một câu thơ chua xót: *"tội đồ và anh hùng cách nhau một lời phán"* để rồi khái quát một chiêm nghiệm của người lính biển: *"chưa mặn sóng xin đừng nhân danh biển"*. Và khẳng định:

Bao con người ra đi không có tượng đài
bao con người chỉ còn trong kí ức
không dòng tên khắc lên bia trang trọng
họ đã sống rạng ngời nhân cách sống
âm thầm làm nên đất nước
Việt Nam ơi!

Bằng đoạn thơ này, chính Nguyễn Đình Tâm đã dựng cho Uyển và bao nhiêu người chịu sự hy sinh như Uyển một tượng đài trong lòng người đọc.

Phải nói, ngòi bút Nguyễn Đình Tâm viết về sự tri ân luôn chân thành và dạt dào cảm xúc, bởi anh biết trong chiến tranh *"cả sự sống cũng nhường nhau/ thì còn gì để mất"*. Chính vì thế mà ta được đọc những câu thơ ứa nghẹn tình người, dù những tên người trong thơ có thể là hư cấu, nhưng ta vẫn tin đó là sự thật, đó là những cái tên đã gắn chặt vào trái tim tác giả:

đứng xếp hàng trong nỗi nhớ điểm danh
thuyền trưởng Tùng, Vàng, Đảnh, Huyên
thuyền phó Hải, Loát, Hùng, Minh, Thiện
thủy thủ Vọng, Hương, Nga, Minh, Chiến...
tên nối dài theo những nén tâm nhang
tên nổi chìm trong tiếng biển âm vang
cứ thao thức đập vào vách đá
mấy chục con tàu đã nằm sâu lặng lẽ
vầng trăng cuối trời thương nhớ gửi về đâu

Hy sinh cho chiến thắng không chỉ có những người trực tiếp trên trận tuyến mà còn có cả một hậu phương không thể nào quên. Ngòi bút Nguyễn Đình Tâm ở đây đã dành những nét mực đậm cho những người mẹ, người em là điểm tựa vững chắc nơi quê nhà khói lửa. Một người mẹ cụ thể, cũng là một người mẹ tượng trưng cho đất nước trong những ngày gian khó nhất. Và anh nhận ra:

Mẹ ơi
biển đã tái sinh con
trong đêm cuồng phong, trở dạ
sau cơn bão này con lớn lên hơn
có lúc con chỉ nghĩ giản đơn
sức lực mình tháng năm quá tải
đâu biết mẹ trở mình hoài trong đêm
giữa đồng quê ta mùa khát khô, mùa lũ

vun một luống khoai bom đạn cày lên phải trồng lại mấy lần
nghĩ về chúng con
vầng trán mẹ chưa lúc nào lặng sóng

Vâng, những người mẹ Việt Nam là thế, ngay cả khi con chiến thắng trở về, mẹ vẫn mừng mừng tủi tủi, mẹ vẫn mang theo nỗi đau về những đứa con không bao giờ trở lại. Nhưng mẹ ơi, mẹ có thể vui hơn khi sau chiến tranh các con đã trưởng thành, đã lớn lên không ngừng cùng những con tàu. Đó cũng là tâm nguyện của tác giả khi viết chương cuối cùng của trường ca: "Đội ngũ":

Ta nhỏ bé
ta lớn dần trước biển
càng thấy biển mênh mông
biển rộng lớn nhường nào
như ta lớn trong vòng tay của mẹ
mới thấy mẹ mình vĩ đại biết bao

Đó là khi:

Tổ quốc ngời lên sắc cờ đỏ thắm
lồng lộng giữa trời xanh
phần phật bay trên từng hải cảng
Nagoya - Busan – Singapore – Hongkong
Dubai – Tanger Met – Marseille
Hamburg – Rotterdam – Los Angeles.
bước nhảy vọt của những con tàu GF, TL, VS
qua những đại dương.

Viết một trường ca mang tính sử thi không thể không vụ vào sự kiện, nhưng nếu chỉ vụ vào sự kiện thì chất tự sự dễ lấn át chất trữ tình, lấn át thơ. Với trường ca "Thức với biển", Nguyễn Đình Tâm đã học được nhiều kinh nghiệm của những trường ca Việt Nam viết về chiến tranh. Và với một vốn sống biển giàu có và độc đáo, anh đã mang đến cho trường ca một hơi thở mới, đặc biệt là đề tài vận tải biển trong chiến tranh, một đề tài mà trường ca Việt trước đây đang bỏ ngỏ.

Những gì thành công của trường ca này đã mang đến cho người đọc nhiều xúc động và suy ngẫm, đó là thân phận con người trong chiến tranh vệ quốc, mà chính tác giả của trường ca cũng là một người trong cuộc, còn sống để kể lại cho các thế hệ sau về một bản tráng ca của những thủy thủ tàu có số, như anh từng thú nhận:

Tôi là người may mắn hơn các anh
sóng dạt sang bờ sống
để đứng về phía biển
dâng những lời tri ân.

Hà Nội, 8.2015

(Nguyễn Trọng Tạo)

Просыпайтесь вместе с морем-моряком Великая песня корабля с номером

Поэт Нгуен Чонг Тао

Мы знаем довольно много о кораблях без номеров на "морском пути Хо Ши Мина" из фильмов, газет, репортажей, мемуаров и романов; Но мы слишком мало знаем о кораблях с такими номерами, как "Флот Освобождения" (GF01 - GF37), "Флот Самодостаточности" (TL), "Флот Решительной Победы" (VS) и "Танкит" (ТК), перевозящий танки и совершающий самоубийство, чтобы уничтожить мины) рождались и умирали под бомбами и пулями вражеских самолетов и кораблей, чтобы перевозить продовольствие, оружие, боеприпасы, лекарства, бензин, танки. ...помощь на поле боя, с молчаливой жертвой в прошедшей Отечественной войне. Вынашивая эту мысль через много лет, поэт Нгуен Динь Там написал эпическую поэму "Проснись с морем", чтобы выразить благодарность и почтение своим товарищам, пожертвовавшим собой ради благородного дела. "Проснись с морем" можно назвать судоходным эпосом, эпической песней о моряках корабля с номером автора-инсайдера, который стоял бок о бок со своими товарищами на каждой волне, в каждой волне. бомба за бомбой, через многие сезоны кампаний в жестокие военные годы, годы, когда морякам приходилось жертвовать всеми своими личными чувствами, чтобы выполнить свой гражданский долг:

Я проехал через весь родной город, не останавливаясь.

...Мамочка! Я здесь, мама.

Я не могу остановиться.

Море далеко, и темные волны

Я хочу громко посигналить.

Здравствуй, родина, но не могу

Мы должны спешить прочь

и должны быть тихими и спокойными

дай мне волну с моего корабля

поглаживая берег с мамой

Почти тысяча стихов разбиты на 5 глав: Сезон кампании, Открытие потока, Благодарность, Голос моря, Эскадра - получился уникальный лирический эпос о судоходстве от тяжелых дней сопротивления до сегодняшнего дня.

В этой композиции Нгуен Динь Там превратился в лирического героя, который на протяжении всей эпопеи восхваляет народ, восхваляет подвиги коллектива "таких же постоянных, как" героев, которые внесли свой вклад в создание блестящей истории на какое-то время.

Здесь мы встречаем людей, которые прославляли себя перед тем, как отправиться на войну:

Мы отслужили панихиду по себе в возрасте двадцати пяти лет.

Спокойно шагая по голубому небу.

...Двадцать, двадцать пять - как ядра баса.

Самозабвенные и самовоспламеняющиеся

Мы встречаем здесь молодых моряков, которые только что бросили школу, чтобы прийти на транспортное судно под дождем бомб и пуль, но все еще демонстрируют свою любовь к вере:

У каждого из нас есть родной город.

По одному голосу от каждого региона.

Чинь, До, Сон с северным акцентом

Хао, Тхиен, Диеп с южным акцентом

Мой родной город - это белый песок лаосского ветра.

Молодой и горящий

С крыши школы на море

Хлопает крыльями в голубом небе

Мы встречаем здесь напряженные моменты, когда атакованный корабль все еще направлялся к своей цели, словно никакая сила не могла его остановить:

уничтожены захватчиками артиллерия замыкает огни

торпеды занимают все каналы и бухты

мы идем за своей памятью.

Давайте снова проверим новые потоки

по прямой линии

по зигзагообразным линиям

Сквозь ночь - только глаза

Нос корабля был испещрён фосфоресцирующими полосами.

Мы встречаем здесь раненые корабли, которые не могут войти в доки, но всё равно могут отправлять товары на материк, такие умные и креативные:

каждый мешок риса плавает

тысячи плавающих мешков риса

пройти через дверь смерти

Мешки с рисом, завёрнутые в непромокаемые пакеты

дрейфуют навстречу ожиданию.

И радость вспыхивает, когда доставляют большие партии на поле боя, ждут с глазами:

сто семьдесят тысяч тонн продовольствия и медикаментов

один миллион тонн нефти

пять тысяч бочек боеприпасов

пятьдесят четыре танка для "Дороги 9 - Южный Лаос"...

Вы сидите плюс к каждой радости в соответствии с каждой квитанцией

Радость излучается вокруг гороховой лампы

Эпопея - это не рассказ о событиях в соответствии со статистикой сводного отчета, но цифры здесь как будто вдохнуты автором, чтобы превратить их в радость и печаль инсайдеров. Нгуен Динь Там, обладая довольно беглым повествовательно-лирическим стилем, ведет читателя от одного сюрприза к другому, от одной напряженности к другой, а затем порождает эмоциональные волны, несущие множество афтершоков.

Кажется, что жертвование кораблями и товарищами - это большая навязчивая идея в сердце автора, поэтому глава "Благодарность" вызывает сильные эмоции напряженными и напряженными стихами:

Погружение в погоню на двух реактивных самолетах

Корабль GF 28 был взорван.

Голова и конечности офицера были отправлены на одиннадцатый мостик.

Капитан был разрублен поперек тела

Три механика были расчленены прямо рядом с орудийным пьедесталом

Кишки четырех матросов вывалились из брюшной полости.

...Звук корабельного свистка покинул станцию, как крик.

Как воющие звери в конце леса.

И тогда сердце автора замирает от редкого стиха из шести восьми строф вместо слез, вместо великого воспоминания, которое никогда не угаснет:

Сколько слез прольется?

Сколько белых облаков улетит обратно, чтобы оплакивать вас?

Писать о жертвах в поэзии можно бесконечно, потому что без этих великих жертв невозможна великая победа, чтобы восстановить единство и независимость нации. В справедливой войне жертвы не являются целью, но жертвы, принесенные для того, чтобы довести войну до победного конца, - это жертвы, прославленные навеки. Поэтому писать о самопожертвовании никогда не бывает лишним. Нгуен Динь Там не только возносил благовония героям и мученикам, погибшим на войне, но и воздвиг памятник молчаливым жертвам своих товарищей, вернувшихся после победы.

В этой эпопее, можно сказать, особый след, полный трагизма судьбы, создала история капитана по имени Уйен, командира флотилии торпедных катеров Ле Ма Лыонга. Именно тогда, выполняя задание "Расчистить ручей по всей длине Севера", братьям нечего было есть на Тет, поэтому Уйен дал им два мешка мокрого риса, подобранного на минном поле, чтобы они вернулись на берег в обмен на немного овощей и мяса. чтобы устроить весенний праздник. Но этот гуманный поступок Уйена таит в себе опасность для него самого. Его вызвало начальство для проверки. И:

Товарищи любят тебя, защищают

Товарищи по команде любят тебя, беспомощного

Папка для присвоения героя, положенная на стол для рассмотрения конкурса, была сложена

Ты становишься грешником

Пишущий здесь Нгуен Динь Там задыхался, он выпустил пронзительный стих: *"Грешников и героев разделяет фраза"*, а затем обобщил созерцание морского солдата: *" Не соленый, пожалуйста, не используй имя моря"*. И подтвердить это:

Сколько людей пожертвовали собой, не имея ни одного памятника.

Сколько людей осталось только в нашей памяти.

Нет таблички с именем, чтобы выгравировать на памятнике.

Они прожили яркую жизнь

молча создавали страну

О Вьетнам!

Этим стихотворением Нгуен Динь Там воздвиг памятник Уйену и многим людям, принесшим такие жертвы, как Уйен.

Надо сказать, что писатель Нгуен Динь Там пишет о благодарности всегда искренне и полно эмоций, потому что он знает, что на войне "Отдают друг другу ту часть жизни/которую осталось потерять". Именно поэтому мы можем читать стихи, пронизанные человеческой любовью, хотя имена людей в них могут быть вымышленными, но мы все равно верим, что они настоящие, что это имена, которые крепко привязаны к сердцу автора:

Стояние в очереди с ностальгией по посещаемости

Капитан Тунг, Ванг, Данх, Хуен

Матросы Хай, Лоат, Хунг, Минь, Тхиен.

Матросы Вонг, Хыонг, Нга, Минь, Чиен...

Имя распространяется на воспоминания

Имя знаменито и имя утопает в эхе моря.

Не спите и не бейтесь о скалы.

Десятки кораблей тихо лежали на глубине.

Куда посылает небо последнюю луну?

Жертвами во имя победы становятся не только те, кто непосредственно находится на передовой, но и незабываемый тыл. Поэт Нгуен Динь Там здесь посвятил смелые чернильные штрихи матерям и младшим братьям, которые являются надежной опорой в их доме из дыма и огня. Конкретная мать, а также мать, которая символизирует страну в самые трудные дни. И он понял:

Мамочка

Море родило тебя

В штормовую ночь роды

После этого шторма я выросла.

Иногда я думаю, что просто

Мои силы со временем перегружаются.

Я не знаю, что моя мать постоянно беспокоится по ночам.

Посреди нашей деревни в сухой сезон и в сезон наводнений

Выращиваем грядку картошки, бомбим и вспахиваем, сколько раз надо пересаживать.

Подумай о нас

Материнский лоб никогда не бывает спокойным

Да, вьетнамские матери именно такие, даже когда ее дети возвращаются домой с победой, она все равно испытывает смешанные чувства, она все еще носит в себе боль о детях, которые никогда не вернутся. Но она может быть счастливее, когда после войны ее дети выросли, повзрослели, постоянно находясь на кораблях. Этого хотел и автор, когда писал последнюю главу эпопеи: "Эскадра":

Я маленький

Мы растем на фоне моря.

Чем больше я вижу необъятное море.

Насколько огромно море?

Как будто я вырос на руках у матери.

Я только что понял, насколько велика моя мама.

И тогда:

Страна сияет на малиновом флаге

В центре голубого неба

Парящий над каждым портом

Нагоя - Пусан - Сингапур - Гонконг

Дубай - Тангер Мет - Марсель

Гамбург - Роттердам - Лос-Анджелес...

Прыжок кораблей GF, TL, VS

Через океаны

Написание эпической поэмы нельзя игнорировать, но если она посвящена только событию, качество повествования может легко перевесить лирику и захлестнуть поэзию. В эпосе "Проснись с морем" Нгуен Динь Там многое почерпнул из опыта вьетнамских эпосов, написанных о войне. А благодаря богатой и уникальной морской жизни он привнес в эпос новое дыхание, особенно в тему судоходства во время войны, тему, которую вьетнамские эпосы ранее оставляли открытой.

Успех этой эпопеи в том, что она заставляет читателя трогаться и размышлять о состоянии человека во время Отечественной войны, а автор эпопеи - это еще и инсайдер, который еще жив, чтобы рассказать последующим поколениям о великой песне моряков с цифрами, как он сам однажды признался:

Мне повезет больше, чем вам.

Волны омывают берег, чтобы жить.

Стоять у моря
Выразить слова благодарности

(Ха Ной, август 2015 г.)
Поэт Нгуен Чонг Тао

Trường Ca: Thức Với Biển

Bứt phá mới trong thơ Nguyễn Đình Tâm

Nhà văn Vũ Quốc Văn

Nhớ mùa hè năm 2015 trên trại viết Mộc Châu, nhà thơ Nguyễn Đình Tâm kể ông vừa hoàn thành trường ca "Thức với biển". Vào một tối thư rảnh, Nguyễn Đình Tâm cùng mấy người bạn viết ngồi đàm luận chuyện văn chương, tôi đề nghị ông đọc tác phẩm "Thức với biển" cho mọi người cùng thưởng thức. Nguyễn Đình Tâm đồng ý, cầm tập bản thảo, ông cười rất tươi rồi hào hứng mê say diễn tự lời mở đầu của trước tác này.

"Khi chúng con gắn chiếc mỏ neo lên mũ/ là bắt đầu đối mặt với bão táp phong ba/ biết đời mình thuộc về niềm đam mê khao khát/ để cùng hát theo lời biển hát/ biết thương yêu nhau hết lòng/ rồi học cách sải cánh vươn vai/ khi con sóng vồng lên từ ngực biển/ chiếc phao duy nhất của chúng con/ là niềm tin và lòng quả cảm/ cánh hải âu tới làm bạn cùng mình…".

Đọc xong ít dòng đề từ mang tính giới thiệu tóm lược, gợi mở, Nguyễn Đình Tâm đứng dậy, mắt ông sáng lên dõi về cõi xa.

Nom dung mạo ông lúc ấy như đã bị nhập hồn. Rồi bằng chất giọng đặc âm vực xứ Nghệ sôi nổi, vang ấm, ông nghiêm trang nhả chữ, buông từ khúc triết từng âm tiết: "Mùa đông một chín sáu tám/ ta đến với nơi bắt đầu ngọn gió/ nơi những con đường không có dấu chân/ nơi mỗi chuyến ta qua không hằn dấu vết/ sóng cùng ta âm thầm…"

Chúng tôi ngồi im lặng lắng nghe nhà thơ đọc và có lúc tưởng gần như ông đang hát. Vâng! Ông hát thơ, hát bài ca "Thức trước biển". Và những thính giả nghe thơ lúc đó hồn dạ người nào cũng bị lôi cuốn, bâng khuâng lắm. Phải chăng là do thời khắc, ngữ cảnh ngẫu nhiên tác động? Rất ngẫu nhiên bởi vì "cuộc sinh hoạt thi ca" được chúng tôi gầy dựng cũng là ngẫu hứng bột phát ngay trên miền Tây Bắc. Trong đêm vắng nghe thơ giữa nơi rừng núi trập trùng hình như "cái điệu tâm hồn" của tác giả và tác phẩm cũng thêm độ linh diệu, ngấm thấm lan tỏa vào cảm thức mỗi người.

Và hơn thế, Trường ca "Thức với biển" khái lược mà nói thì từ phương cách xây dựng kết cấu đến diễn tiến không gian, thời gian, quy mô nội hàm cùng nghệ thuật biểu đạt quả thật đáng gọi là một biên niên sử bằng thơ ca.

Trường ca hay nói khác đi tráng ca này tràn đầy chất bi hùng được người thủ bút trần thuật, miêu tả về một thời đoạn của cuộc chiến tranh vệ quốc trên biển và người đi biển hồi thế kỷ trước.

Nguyễn Đình Tâm - Người chủ tọa cũng là diễn giả trong cuộc "sinh hoạt thơ" đêm ấy dường như đã tạo ra một thứ hiệu ứng ma mị bằng ngôn từ cảm xúc đã lay thức tâm tưởng chúng tôi nhớ về một thời quá vãng. Vâng! Thời đã qua, thời đã xa rồi của công cuộc giải phóng Miền Nam thống nhất Tổ quốc, mà hết thảy những cử tọa ngồi quanh nghe Nguyễn Đình Tâm đọc thơ đều can dự và trải qua.

Kể từ buổi nghe thơ rồi chia tay Nguyễn Đình Tâm sau trại viết Mộc Châu năm trước, tôi vẫn có ý đón đợi trường ca "Thức với biển" của ông. Tôi đón đợi và mong sớm được coi ngắm đứa con tinh thần của người bạn viết vong niên mình quý trọng. Ngoài lẽ đó tôi còn có ý kiểm chứng điều dự cảm, đoán định của mình về "Thức với biển" nếu ra đời chắc sẽ được người đọc đón nhận. Đúng sai chỉ là một lẽ thôi nhưng vì cảm tình với tác giả và tác phẩm khiến tôi cũng có phần cực đoan duy lý về điều tự đối với riêng mình.

Rồi đến một trưa đầu mùa đông này, tôi nhận được "Thức với biển" của nhà thơ Nguyễn Đình Tâm gửi tặng. Cầm tập sách còn thơm mùi mực, tôi điện thoại cảm ơn về món quà và chúc mừng ông.

Vậy là hơn một năm trước tôi chỉ mới được nghe người cha đẻ Nguyễn Đình Tâm trần tình, mô tả về đứa con tinh thần của mình. Còn bây giờ hình hài dung mạo hồn cốt đang hiển hiện trước mắt tôi.

Trường ca "Thức với biển", nơi bìa một của cuốn sách được bài trí là màu trời, màu biển hòa lẫn vào nhau xanh ngắt. Trên đường ranh xa ngái phía chân trời lãng đãng những làn mây trắng. Gần cận hơn, một cá thể hải âu đang sải cánh bay, và dưới kia là mặt biển duyềnh lên những lằn sóng tung bọt xô vào bờ cát thật ấn tượng. Trường ca "Thức với biển" khổ 13cm x19cm chỉ với 94 trang in rất mỏng nhỏ nhưng xinh xắn đã rủ rê tôi lần dở với tâm trạng háo hức.

Tôi đọc một mạch hết năm chương trường ca "Thức với biển", rồi tẩn mẩn ghi lại đề từ của mỗi chương. Mùa chiến dịch; Mở luồng; Tri ân; Giọng biển; Chương năm cũng là chương cuối: Đội ngũ. Tôi gấp tập trường ca mình vừa đọc lại mà tâm trí, lòng dạ vẫn khôn nguôi xúc động xao xuyến từ dư chấn của cuốn sách để lại.

Rồi do công việc, mãi một ngày gần đây tôi đọc mới có dịp đọc "Thức với biển" thêm vài lần nữa, và có lúc dừng lại đọc kỹ hơn từng phân khúc trong mỗi chương của tác phẩm này. Tôi ngồi trong căn phòng của mình, vây quanh nhà cũng có những dãy núi xa cánh rừng gần mà nghe ngoài kia vọng lại tiếng sóng nước của biển khơi, lúc rì rầm, khi quần cuộn, xô dạt ì oạp vô hồi. Đang độ tiết mùa đông mà nghe có tiếng sấm sét ùng oàng gầm thét trên bầu trời. Và hình như có cả giông gió đang cuồng nộ. Thẳng hoặc vẳng bên tai có cả tiếng đập cánh, tiếng kêu táo tác của đàn chim hải âu cuống quýt hối nhau bay đi trốn bão…
Nhưng rồi thoáng chốc ngất ngư, mê lịm lay lả ấy cũng qua đi. Tôi tỉnh thức, thì ra cảnh huống kia chỉ là chuỗi hình dung hoặc tưởng của mình thôi.

Thì ra "Thức với biển" đã lay thức người đọc là tôi, bởi thi phẩm này do chính một người trong cuộc, một trí thức có tri thức sâu rộng, vốn sống dồi dào, đã viết nên những dòng thơ từ rung cảm cực điểm. Hơn thế, ngôn ngữ được chắt ra từ ký ức, bằng ký ức trung thực, chân thành của người viết nên càng mê hoặc thuyết phục người đọc.

Nhà thơ Nguyễn Đình Tâm quê ở Nghệ An. Ông nguyên là giảng viên, chủ nhiệm bộ môn Động cơ thiết bị nhiệt- Trường Đại học Hàng hải Việt Nam. Từng là một "Dũng sĩ GTVT" trong chiến dịch VT5, một Chính ủy thuộc Công ty Vận tải biển Việt Nam (VOSCO). Ông cũng là người đã dầm mình trong cuộc chiến tranh vệ quốc vĩ đại. Nguyễn Đình Tâm có nhiều tháng ngày cùng thủy thủ đoàn mưu trí, dũng cảm điều khiển đưa dẫn nhiều chuyến tàu vận tải lương thực đạn dược ra tiền tuyến.

Là người sĩ quan trong ngành vận tải biển Việt Nam, Nguyễn Đình Tâm lại sẵn mang trong mình tâm hồn thi sĩ nên mỗi dòng mỗi chữ của trường ca "Thức với biển" mới tươi ròng sống động như thế chứ.

Đọc trường ca người ta nhận rõ tấm lòng trung trinh của Nguyễn Đình Tâm. Phẩm chất người chỉ huy, người thầy, người trong cuộc quyện quánh cùng cái tình của người viết. Mọi diễn tả biểu đạt tác giả gửi thác vào thơ tạo ra một trường lực hút cuốn người đọc đồng điệu đi cùng: *"Tôi đi qua quê mình mà không dừng lại/ Hòn Ngư mờ trong đêm/ Giờ này mẹ chắc còn thao thức/ bên ngọn đèn dầu bằng cổ chai con cắt/ bóng mẹ chập chờn trên vách nứa con đan …*

Mẹ ơi! Con đây mà/ con không dừng lại được/ biển mịt mù sóng nước con muốn kéo hồi còn thật vang chào quê hương mà chẳng thể…

Tác giả thi ca cũng là chiến binh lái con tầu chở hàng ra tuyến lửa đi qua nơi mình sinh ra nhớ mẹ, nhớ quê nhà quay quắt mà không thể về thăm bậc sinh thành đành thốt lên nhờ vả: " *Xin con sóng tạo nên từ tàu con/ vỗ về bờ với mẹ…*" Nghe mà da diết tha thiết tình tử mẫu làm sao.

Những dòng thơ trích trên đây là trong Khúc hai, Chương một: có tên Mùa chiến chiến dịch: *Băng qua thủy lôi/ băng qua bãi chìm/ một bữa không ăn/ một ngày không ăn, và chỉ mong trời lâu sáng/ canh ba đêm nay chuyển xong hàng…*

Cuộc chiến đã lùi xa. Người trong cuộc Nguyễn Đình Tâm muốn kể lại, muốn giãi bày mọi nếm trải khốc liệt đau thương gom cất đã lâu trong tâm thức trong lòng ông bằng những dòng thơ chân phác trung thực nghiệt ngã đến bất ngờ:

"Anh nhớ không anh/ chiều ấy/ khi quay về cầu một/ hai phản lực đuổi theo bổ nhào/ tàu GF 28 bị nổ tung/ sĩ quan lái đầu và tay chân bay lên cầu mười một/ thuyền trưởng bí cắt đứt ngang thân/ ba thợ máy xác tan bên bệ súng/ bốn thủy thủy ruột trào khỏi bụng/ những chiếc cáng vội vàng/ bước chân người nháo nhác/ ta nén nấc gom từng phần xác bạn/ tay run run cứ chực khóc òa/ tiếng còi tàu rời ga như thét/ như hú lên tiếng thú cuối rừng/ cảng Hải phòng kéo vang những hồi còi vĩnh biệt…"

Khốc liệt mất mát đau thương là vậy nhưng những con người quả cảm làm nhiệm vụ vận tải trên biển ấy đâu có thúc thủ, nhụt chí mà vẫn dặn lòng dặn mình: *"Không ai muốn tìm đến cái chết/ không ai muốn bạn mình hy sinh/ chúng tôi dành nhau ra đi/ nhường nhau phần sống/ tuổi hai mươi, hai lăm như những lõi trầm/ tự thơm và tự cháy…*

Thế là tôi đã đọc, nói đúng hơn tôi đã được chiêm ngưỡng bảy trăm sáu mươi ba câu thơ của trường ca "Thức với biển" của Nguyễn Đình Tâm. Tôi muốn trích dẫn thật nhiều những câu thơ, những đoạn thơ, hoặc tham lam hơn là cả một chương thơ thì thật thỏa. Nhưng khuôn hạn của một bài viết nhỏ này tôi đành để cho thời gian cùng bạn đọc hãy chiêm bái thi phẩm này và chia sẻ cùng nhà thơ vậy.

Bây giờ một lần nữa tôi xin được chúc mừng nhà thơ Nguyễn Đình Tâm, ông vừa được nhận được một niềm vui lớn! Niềm vui không chỉ là "Thức với biển" đã đến tay bạn đọc. Mà hơn thế, tác phẩm này còn là một ghi nhận tâm sức, tấm lòng, năng lực lao động của người cầm bút đam mê thơ của ông nữa. Tôi trộm nghĩ liệu có phải do phận số hay duyên giời xếp đặt không nhỉ? Bởi trùng hợp làm sao là "Cái vận đỏ" đời người nhằm vào đúng cái năm Bính Thân này nhà thơ đứng tuổi Thân lại vinh hạnh nhận luôn được cái lộc vàng. Thậm chí còn quý hơn cả thứ mỹ kim có giá đó, là chuyện ông vừa nhận về một giải thưởng văn chương danh giá. Trường ca "Thức với Biển" của Nguyễn Đình Tâm đã vượt qua hàng trăm tác phẩm thơ trong cuộc thi sáng tác văn học về đề tài giao thông vận tải do Bộ Giao thông Vận tải và Hội Nhà văn Việt Nam tổ chức. Trường ca "Thức với biển" của Nguyễn Đình Tâm được trao Giải nhất trong cuộc thi này.

(Kiến An, ngày 16 tháng 12 năm 2016)
Vũ Quốc Văn

Эпик: Просыпайтесь вместе с морем
Новый прорыв в поэзии Нгуен Динь Тама

Писатель **Ву Куок Ван**

Вспоминая лето 2015 года в писательском лагере Мок Чау, поэт Нгуен Динь Там рассказал, что только что закончил эпопею "Проснись вместе с морем". В свободный вечер Нгуен Динь Там и несколько друзей-писателей сели обсудить литературу, я предложил ему прочитать произведение "Проснись вместе с морем", чтобы все могли насладиться. Нгуен Динь Там согласился, держа в руках рукопись, он ярко улыбался и с волнением произносил начальные слова этого произведения.

"Когда мы поместим эмблему якоря на наши шляпы/Начнем противостоять ураганам, штормящим от гнева/Волны близки, горизонт далек/Зная, что моя жизнь принадлежит области страсти и желания/Давайте петь вместе с песней моря/Узнаем, как любить друг друга всем сердцем/Учимся расправлять крылья/Когда волна поднимается из груди моря/Наш единственный спасательный круг/Это вера и мужество/Крылья чайки приходят, чтобы дружить с нами..."

Прочитав несколько строк вступительных и выразительных слов, Нгуен Динь Там встал, его глаза загорелись, чтобы увидеть далекое царство.

Его лицо в этот момент казалось одержимым. Затем сильным, живым, теплым голосом региона Нге Ан он торжественно выпустил слова, пропуская через себя каждый слог:

"Зима тысяча девятьсот шестьдесят восьмого года/ Мы приходим туда, где начинается ветер/ Где на дорогах нет следов/ Где каждая наша поездка не оставляет следов/ Волны с нами безмолвно..."

Мы сидели в тишине, слушая чтение поэта, и иногда нам казалось, что он почти поет. Да! Он пел стихи, пел песню "Проснись с морем". И слушатели, которые в то время слушали поэму, все были очарованы, очень грустные. Это связано с моментом, случайный контекст влияет? Это очень случайно, потому что "поэтическая жизнь", которую мы строили, тоже возникла спонтанно прямо на Северо-Западе. Тихой ночью слушать стихи посреди леса и гор - это как "ритм души" автора, а произведение еще и добавляет волшебства, пронизывает и проникает в чувства каждого человека.

И более того, эпос "Проснись с морем" в двух словах, от способа построения структуры до эволюции пространства, времени, масштаба подтекста и искусства выражения, действительно достоин называться летописью поэзии.

Эта эпопея, или, иначе, полный героизма рассказ писателя, описывающий период патриотической войны на море и моряков в прошлом веке.

Нгуен Динь Там - председатель и оратор "поэтической активности" в этот вечер, казалось, создал магический эффект с помощью эмоциональных слов, которые всколыхнули наши умы, заставив вспомнить прошлое время. Да! Прошло время, прошло время освобождения Юга и воссоединения Отечества, но все зрители, сидящие вокруг и слушающие, как Нгуен Динь Там читает стихи, были вовлечены и переживали.

Слушая стихи и прощаясь с Нгуен Динь Тамом после писательского лагеря в Мок Чау в прошлом году, я по-прежнему с нетерпением жду его эпической поэмы "Проснись вместе с морем". Я с нетерпением и радостью жду, когда смогу увидеть детище моего дорогого давнего друга. Кроме того, я также намерен проверить свои догадки и предсказания относительно "Проснись вместе с морем", если она родится, то будет хорошо принята читателями. Правильно и неправильно - это только одно, но из-за моей привязанности к автору и произведению я также в некоторой степени рационалистичен в отношении собственных сомнений.

Однажды в полдень в начале этой зимы я получил "Проснись с морем" от поэта Нгуен Динь Тама. Держа в руках книгу, еще пахнущую чернилами, я позвонил, чтобы поблагодарить его за подарок и поздравить.

Так больше года назад я только что услышал, как мой биологический отец Нгуен Динь Там признался и описал свое детище. И вот теперь перед моими глазами появляется его лицо.

Эпопея "Проснись с морем", где первая обложка книги украшена цветами неба, цветами моря, смешанными вместе в синеве. На далекой дороге, на далеком горизонте, разбросаны белые облака. Вблизи расправляет крылья отдельная чайка, а внизу - морская гладь с внушительными пенящимися волнами, разбивающимися о песчаный берег. Эпическая поэма "Проснись с морем" размером 13 см x 19 см, состоящая всего из 94 тонких, но симпатичных печатных страниц, заворожила меня своим предвкушением.

Я прочел пять глав эпопеи "Проснись с морем" за один раз, а затем старательно записывал название каждой главы. Сезон кампании; Открывая поток; Благодарность; Море голоса; Глава пятая - она же заключительная: Эскадра. Я закрыл книгу эпосов, которую только что перечитал, но в голове и сердце все еще было неспокойно от потрясений, вызванных этой книгой.

Потом, в связи с работой, я лишь недавно перечитал "Проснись с морем" еще несколько раз, а иногда останавливался, чтобы внимательнее прочитать каждый фрагмент в каждой главе этого произведения. Я сидел в своей комнате, окруженный горами и лесами рядом с домом, а снаружи слышал шум морских волн, то рокочущих, то плещущихся, пошатывающихся. В зимнее время года я слышал раскаты грома в небе. И кажется, что бушует шторм. Время от времени раздается хлопанье крыльев и щебет чаек, спешащих спастись от бури...

Но на мгновение обморок, оцепенение и вялость тоже прошли. Когда я очнулся, оказалось, что ситуация была всего лишь серией моих визуализаций или мыслей.

Получается, что "Пробуждение с морем" разбудило такого же читателя, как и я, потому что это стихотворение написано инсайдером, интеллектуалом с обширными знаниями, который живет в кульминации изобилия. Кроме того, язык дистиллирован из памяти, честной и искренней памяти писателя, поэтому он очаровывает и убеждает читателя.

Поэт Нгуен Динь Там родился в Нге Ане, бывший преподаватель и заведующий кафедрой тепловых двигателей и оборудования Вьетнамского морского университета. В прошлом - "Герой транспорта" в кампании VT5, политический комиссар Вьетнамской судоходной компании (VOSCO). Он также был одним из тех, кто погрузился в Великую Отечественную войну. Много месяцев и дней Нгуен Динь Там вместе с умным и отважным экипажем вел многочисленные поезда, перевозившие продовольствие и боеприпасы на передовую.

Будучи офицером вьетнамского пароходства, Нгуен Динь Там обладает поэтической душой, поэтому каждая строчка и каждое слово эпопеи "Проснись с морем" так свежи и живы.

Читая эпопею, ясно видишь верное сердце Нгуен Динь Тама. Качества лидера, учителя и внутреннего человека переплетаются с любовью писателя. Каждое выразительное слово, которое автор каскадом вливает в поэму, создает магнитное поле притяжения, которое увлекает за собой читателя". *Я проехал через свой родной город без остановок/ Остров Нгу померк в ночи/ В это время моя мама, должно быть, уже проснулась/ Рядом с масляной лампой с горлышком бутылки, которую я разрезал/ Тень мамы мерцает на стене из бамбука, которую я вяжу..."*

Мамочка! Я здесь, мама, я не могу остановиться/ Море вдали и темные волны/ Я хочу сделать гудок очень громко/ Здравствуй, родина, но не могу...

Автор стихов - тоже воин, который едет на товарном поезде к линии огня, проходящей через место, где он родился, скучая по маме, по родному городу, но не имея возможности навестить родителей, поэтому он обратился за помощью: "Дай мне волну с моего корабля/Причалить к берегу с мамой...". Вслушайтесь в то, как искренна материнская любовь.

Процитированные выше поэтические строки взяты из второго раздела первой главы под названием "Сезон кампании": *Сквозь торпеду/пересечь затонувший берег/один обед без еды/день без еды/кастрюли и сковородки опрокинуты/временно съесть кусок сухого корма/я надеюсь только на долгое утро/я должен закончить доставку сегодня в третью ночную вахту...*

Война осталась далеко позади. Инсайдер - поэт Нгуен Динь Там хочет рассказать, хочет выразить все горькие и болезненные переживания, которые долгое время копились в его уме и сердце, удивительно жестокими честными строками:

"Помните ли вы, как в тот полдень, когда возвращались на первый мостик/два реактивных преследователя пикировали/корабль GF 28 был взорван/голова и конечности офицера были отправлены на одиннадцатый мостик/капитан был разрезан поперек тела/три механика были расчленены прямо возле орудийного постамента/кишки четырех матросов вывалились из живота/носилки в спешке/шаги людей хаотичны/я собрал каждую часть вашего тела/мои руки дрожат, Я сейчас заплачу/Звук корабельного свистка покидает станцию, как крик/Как воющие звери в конце леса/Порт Хайфон оглашается звуками прощальных свистков..."

Таковы жестокие потери и боль, но отважные люди, выполняющие морскую службу, не унывают, а по-прежнему напоминают о себе: *"Никто не хочет найти смерть/Никто не хочет жертвовать своим другом/Мы боремся друг с другом за то, чтобы уйти/Уступить друг другу часть жизни/Двадцать, двадцать пять - как ядра баса/Самовоспламеняющиеся и самовоспламеняющиеся...*

Так я прочитал, а точнее, восхитился семьюстами шестьюдесятью тремя стихами эпической поэмы "Проснись с морем" Нгуен Динь Тама. Я бы предпочел процитировать столько стихов, отрывков или жадности, сколько хватило бы на целую главу. Но в рамках этой небольшой статьи мне пришлось уделить время читателям, чтобы восхититься этим стихотворением и поделиться им с поэтом.

А сейчас я еще раз хочу поздравить поэта Нгуен Динь Тама, он только что получил огромное удовольствие! Радость не только от того, что "Проснись с морем" дошла до читателей. Более того, это произведение - еще и признание сердечности, душевности и трудоспособности писателя, страстно любящего свою поэзию. Интересно, это было устроено судьбой или роком? По стечению обстоятельств, когда "красная удача" человеческой жизни направлена на этот Год Обезьяны, старый поэт эпохи Обезьян удостоился чести получить золотую удачу. Еще более ценным, чем этот драгоценный металл, было то, что он только что получил престижную литературную премию. Стихотворение Нгуен Динь Тама "Проснись вместе с морем" обошло сотни поэтических произведений в литературном конкурсе на тему транспорта, организованном Министерством транспорта и Ассоциацией писателей Вьетнама. Песня "Проснись вместе с морем" Нгуен Динь Тама была удостоена первого приза в этом конкурсе.

(Киен Ан, дата публикации 16 декабря 2016 г.)

Писатель **Ву Куок Ван**

Об авторе

Nguyen Dinh Tam

* Родился 24 июля 1944 года в городе Куа Ло, провинция Нге Ан, Вьетнам.

* Бывший преподаватель, заведующий кафедрой "Двигатели - тепловое оборудование" Вьетнамского морского университета.

* Член Ассоциации писателей Вьетнама.

* Член Ассоциации зарубежных исследователей Вьетнама.

* Член Ассоциации писателей города Хайфон.

* Литературная премия:+ В 2015 г: Первая премия в литературном конкурсе, организованном Ассоциацией писателей Вьетнама и Министерством связи и транспорта в 2014-2015 гг. в честь 70-летия Министерства связи и транспорта, с эпопеей "Проснись вместе с морем".

+ 2016: Первая премия в поэтическом конкурсе "55 лет земле и людям" района Нго Куен, город Хайфон.

+ 2017: Награда "Десять лет хорошей поэзии" от Ассоциации учителей города Хайфон (2007 - 2017).

+ 2018: Литературная премия Нанум, Корея (Nanum Literary Award). + 2019: Награда Национального поэтического конкурса "Хайфон - восходящее стремление".

+ 2022: Премия "Лучший поэт года" издательства "Укиёто".

* Его опубликованные поэтические произведения:

- Волны осенью - Издательство Хайфон - 1982 г.

- Любовь к морю - Издательство Ассоциации писателей - 2005 г.

- Проснись с осенью - Издательство Ассоциации писателей - 2012 г.

- Проснись с морем - Приморское издательство - 2015 г.

- Время моря - Поэзия и эпическая поэзия - Издательство Ассоциации писателей - 2017 г.

- Пурпурный закат Лань Чау - Издательство Ассоциации писателей - 2018

- Слова чаек - Издательство Ассоциации писателей - 2021 г.

- Осень и море - издательство "Укиёто" - 2022 г.

- Распусти свои прекрасные волосы осенью - издано в Корее - 2022

-Цветы памяти, Глубокая синяя тоска - опубликовано в Корее - 2022

* Многие из его поэтических произведений были представлены в зарубежных литературных журналах в Корее, Румынии, Непале, Италии, России, Пакистане, Индии, Греции, Антологии поэзии, Азиатской литературе, Ассоциации писателей мира-AWW...

www.ingramcontent.com/pod-product-compliance
Lightning Source LLC
LaVergne TN
LVHW041842070526
838199LV00045BA/1393